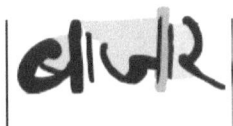

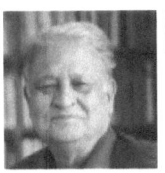

बाजार

व्यंकटेश माडगूळकर

I0609813

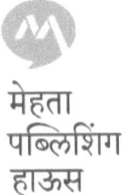

मेहता
पब्लिशिंग
हाउस

BAJAR
by
VYANKATESH MADGULKAR

बाजार । कथासंग्रह

व्यंकटेश माडगूळकर

Email : author@mehtapublishinghouse.com

© ज्ञानदा नाईक

मराठी पुस्तक प्रकाशनाचे हक्क मेहता पब्लिशिंग हाऊस, पुणे.

प्रकाशक
सुनील अनिल मेहता, मेहता पब्लिशिंग हाऊस,
१९४१, सदाशिव पेठ, माडीवाले कॉलनी, पुणे - ३०.

अक्षरजुळणी
इफेक्ट्स, २१/६ब, कोथरूड, पुणे - ३८.

मुखपृष्ठ व मांडणी
चंद्रमोहन कुलकर्णी

मुखपृष्ठावरील लेखकाचे छायाचित्र
शेखर गोडबोले

प्रकाशनकाल
दुसरी आवृत्ती २६ जानेवारी, १९९२
१५ ऑगस्ट, २००४ / १५ ऑगस्ट, २००९ /
मेहता पब्लिशिंग हाऊस यांची पाचवी आवृत्ती मे, २०१२ /
मे, २०१३ / पुनर्मुद्रण : जानेवारी, २०१८

P Book ISBN 9788184983692
E Book ISBN 9789387789371
E Books available on : play.google.com/store/books
www.amazon.in

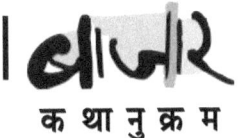

कथानुक्रम

१

पिंजरा

गोपा सुतार बिचलल्यासारखा झाला होता, ही गोष्ट पहिल्यांदा ध्यानात आली भिवादादा विभुत्याच्या.

भिवादादा खताच्या गाड्या ओढत होता आणि कामाच्या ऐन घायट्यात त्याच्या खोऱ्याचा दांडा कचकला. तत्काळ रानात जाऊन त्यानं बाभळीचं एक टिक्कारणं काढून आणलं आणि घाईगडबडीनं तो गावाच्या एका टोकाला असलेल्या सुतारमेटावर गेला. तर घरासमोरच्या निंबाच्या झाडाखाली बाज टाकून गोपा अगदी रंजीस चेहऱ्यानं अंगाची जुडी करून गप्प बसलेला. त्याचं ते बसणं, ते हिरमुशी तोंड बघूनच भिवादादाला वाटलं, 'यानं आज कामाला सुट्टी घेतलेली दिसते. घरात काहीतरी हिकडं-तिकडं झालेलं असणार.' पण दांडा घालायची बाब किरकोळ होती. बसल्या जागचा उठून गोपा कामाला लागंल, अशा समजुतीनं भिवानं बाभळीचं ते टिक्कारणं गोपाच्या पुढं टाकलं. म्हणाला, "हं, चटदिशी ऊठ गोपा, आन् खोऱ्याला एवढा दांडा दे बघू बसवून. माझं काम थांबलंय. खताची गाडी अर्धीच सोडून आलोय मी."

तर गोपा थंडच. नुसते डोळे हलले. मान हलवून पडल्या आवाजात म्हणाला, "मला बनायचं नाही दादा."

एकदम असा नन्नाचा पाढा? गावकीचा एकुलता एक सुतार हा. नेहमी अडल्याला उभा राहणारा. त्यात भिवादादा म्हणजे चांगला भरण्याचा शेतकरी. त्याचं काम नाही म्हणायचं, म्हणजे सगळ्या गावाच्या कामालाच नाही म्हटल्यासारखं! भिवादादानं उगीच मिशा सारख्या केल्या आणि विचारलं, "का रं?"

अगदी घरंगळत गोपा पुन्हा बोलला, "काऽय न्हाऽई, आऽपलं अऽसंच!"

"गोड वाटत न्हाई तुला?"

"न्हाई बा! मला काय धाड झालीया?"

"बायकू पळून गेली काय पुन्हा?"

"अंहं."

"म्हातारा कसा हाय?"

"हाय आमच्या मानंवर बसलेला. खातुय भला आन् वकाऱ्या काढतुया भल्या."

"आन् म्हातारी?"

"ती आधी मला वळ्याला पोचवंल."

"मग तुला जागचं न हलायला झालंय काय?"

"भिवादादा, मी हात जोडतो, माजी झडती घिऊ नका. माझ्याच्यानं आता काही काम होणार नाही, ही मातुर दगडावरची रेघ समजा."

"अरं, पण एक सुतार तू गावाला. तू असं केलंस, तर गावानं बघावं कुणाच्या तोंडाकडं?"

"मी मेलो, मसणवाटंला गेलो, असं गावानं म्हणावं आणि काय सुधरंल तो रस्ता धरावा."

गोपाचं हे वागणं त्याच्या आजवरच्या वागण्याला अगदी सोडून होतं. मग भिवादादानं दम भरला, "हे जळात राहून माशाशी वैर होईल बरं का गोपा!"

यावर मान हलवून, दोन्ही हात हलवून अगदी रडकुंडी आल्यासारखा गोपा निर्वाणीचं बोलला, "दादा, मला आता जळात राहायचंच न्हाई."

"मग देसांतराला जातोस काय?"

"बघाल तुमी!"

'हे पोर पुरं बिचललंय, याच्याशी वाद घालून उपयोग नाही. वाळूत मुतलं, फेस ना पाणी!' असा विचार करून भिवादादा परत फिरला. चार घरं हिंडून त्यानं खोरं उसनं आणलं आणि कामाची चालताचालत केली.

पण भिवादादाच्या मनातनं ही गोष्ट काही गेली नाही. संध्याकाळी एक-दोघांपाशी तो बोलला, "आयला, ते सुताराचं गोप्या सपष्ट 'नाही' म्हणालं मला. बाब ती केवढी, दांडा बसवून द्याची. पंधरा-इस मिनिटाचं काम. पन तेवढंबी करायला हे पोर राजी न्हाई. बुद्ध झाल्यापासनं या लोकांनी गावकीची कामं सोडली; पन हे घर बरं होतं सुताराचं. तेबी आज कामातनं गेलं. बरं, ह्येस्नी आता जरा चढाचं बोलावं, तर तिकडनंबी बला. लगीच वरतमानपत्रातनं धुरळा उडतोय. समदं गाव बदनाम हुतंय आनि वर सरकारचा राग होतोय."

ऐकणाऱ्यांनीही आश्चर्य केलं.

"सुताराचं गोप्या असं बोललं दादा! आन् तुमाला?"

"तर! खोटं सांगतोय का?"

"पन ते पोर तशातलं नव्हतं हो!"

"नव्हतं, नव्हतं. म्हणून तर अचीट वाटतंय!"

"काही सुख नाही पोराला. त्यो बा, ती आई आन् ती बायकू! तिघं तिन्हीकडनं वैदाच्या कुत्र्यासारखी तोडत्यात त्याला. डोस्कं तरकलं आसंल त्या पोराचं!"

"काय आसंल ते खरं."

पुढं चार-आठ दिवसांत ही बातमी गावभर झाली. लहानसहान कामं घेऊन जे जे लोक गोपाकडं गेले, त्या सगळ्यांना गोपानं नम्रपणे सांगितलं, "माझ्या हातून

आता कोणतंही काम होणार नाही. माफ करा.''

गोपाचा हा वैताग तात्पुरता असेल; काही काळ गेला की, आपणहून तो ताळ्यावर येईल, म्हणून गावानं वाट बघितली. आपली कामं अडीच-तीन मैलांवर असलेल्या वाडीच्या सुताराकडून करून घेतली, पण महिना गेला तरी गोपाच्या वागण्यात बदल झाला नाही. सकाळपासून संध्याकाळपर्यंत तो घरापुढच्या बाजेवर अंगाची जुडी करून कुठंतरी बघत बसून राहायचा. कुणाशी काही बोलायचा नाही. कुठं बाहेर जायचा नाही.

दोन वेळा पुढ्यात येईल ते खावं आणि एरवी झाडाच्या खोडावर सरडा बसून राहतो, तसं गप्प बसून राहावं.

दातवण लावून सगळे दात काळेभंगार केलेली, सारखी वसावसा तोंड टाकणारी ती आई, अंगानं सुटलेली आणि वरचेवर माहेरी पळून जाणारी ती बायकू आणि आम्लपित्ताचा विकार असलेला, पण कुंभाराच्या गाढवाप्रमाणे सदैव चरणारा बाप या सगळ्यांची तोंडंसुद्धा बघू नयेत, असं त्याला वाटायचं.

पलीकडं नांदुरकीच्या एका वठल्या फाट्यात सुतार-पाखरानं बीळ केलं होतं. इकडनं-तिकडनं येऊन ते पाखरू बिळात गडप व्हायचं. त्याच्याकडं बघत गोपा बसायचा. तासामागून तास जायचे.

महिना-दीड महिना घरी कुणी बोललं नाही, पण मिळकत अजिबात थांबली. घरातला दाणागोटा झपाट्यानं उडू लागला. मग घराच्या उंबऱ्यावर बसून म्हातारा मोठमोठ्यानं बोलायला लागला, ''नव्हं, गोप्या, तुज्या मनात तरी काय आलंय रं?''

एक नाही, दोन नाही.

''दोन वेळा हूं म्हणून खातुयास आन् म्हसुबा बसल्यावानी झाडाबुडी बसतुयास. काम न करता या पिरतमीत कुनाचा परपंच चाललाय का?''

एक नाही, दोन नाही.

''नव्हं, एवढं संन्याशी होन्याजोगं झालं काय तुला? घरात हाय त्यो दानापानी सरला म्हंजे तुला खायला कोन आनून घालील रं?''

एक नाही, दोन नाही.

म्हातारा बोलून-बोलून आखिरीला वैतागायचा आणि ''आयला ह्येला बोलून बोलून तोंड दुकायला लागलं. भुका लागल्या मला.'' म्हणून आत उठून जायाचा.

कधी म्हातारी उंबऱ्याच्या आत गालाला हाताचा मुटका लावून बसायची. गहिवर घातल्यासारखा आवाज काढून म्हणायची, ''गोपा, माज्या पुता, तुज्यावर कुनी करनी केली काय रं? का देव घातला? देवरुषी आणू दे का बाबा?''

एक नाही, दोन नाही.

“का मिरजंला डाक्टरकडं येतूस? घडाघडा बोल तरी बाबा. बोलल्याबिगार कसं कळावं रं?”

एक नाही, दोन नाही.

“तुज्या पाया पडू का आमी सगळी जणं? मी, तुजा बा, बायकू?”

म्हातारी काही जरी बोलली तरी गोपा धोंड्यासारखा गप्पच.

सासरा-सासू कुठं बाहेर पडलेली बघून बायकू उंबऱ्यात बसून म्हणायची, “काय म्हणावं या वागन्याला? माजं कुकू तरी पुसा आपल्या हातानं; म्हंजी तुमी मोकळं, मी मोकळी.”

गोपा डोळ्यांपुढे फिरणारी चिलटं तेवढी हातानं मारायचा. घरातल्या माणसांच्या बोलण्याचा परिणाम गोपावर झाला नाही.

गावात येसूतात्या होते. भला माणूस म्हणून गावात त्यांना लोक मानत. देवध्यानी, लेखन-वाचन करणारे, परोपकारी, पापभीरू असे हे वृद्ध गृहस्थ होते. ते एके दिवशी आपणहून आले. गोपाच्या शेजारी बसले. हळू आवाजात एखादा भाविक माळकरी विठोबाच्या मूर्तीशी बोलतो तसे बोलले, “गोपा, हे असंच असतं. या प्रपंचाच्या व्यापातून कोणी सुटलेला नाही. कर्म कुणाला सुटलेलं नाही. करायचं आणि कृष्णार्पणमस्तु म्हणून मोकळं व्हायचं. तू कुणावर वैतागला आहेस? प्रपंचावर ना? तुला माहीत आहे का, रामदासांनी काय सांगितलं आहे? ‘प्रपंच सोडुनि परमार्थ कराल; तेणे तुम्ही कष्टी व्हाल’. गोसावी होऊन जाऊ म्हणत असशील, तर ती वाट फार बिकट आहे. शुद्ध लंगोटी लावली, तरी व्याप-ताप सुटत नाहीत. असा मूढ होऊन बसलास, तर ठार वेडा होशील. लोक धोंडे मारतील. हालहाल होऊन मरून जाशील. विचार कर आणि पुन्हा पहिल्यासारखा प्रपंचाला लाग.”

बराच वेळ शहाणपणाच्या गोष्टी सांगून, अंगावर हात फिरवून तात्यांनी देवाचा अंगारा गोपाच्या कपाळाला लावला आणि अंधार पडू लागला तसे ते उठून गेले.

अंधार पडला. निंबाच्या झाडावर साळुंक्या, कावळे झोपले. घराघरांतून दिवे लागले. वारा सुटला. निंबाच्या डहाळ्या हलू-बोलू लागल्या. शेजाऱ्यापाजाऱ्याच्या चुलीवर चढलेल्या कालवणाचा वास घराबाहेर पडू लागला. उशीरपर्यंत गोपा झाडाबुडीच बसून होता. आईनं जेवणासाठी मारलेल्या हाका त्याच्या कानावर आल्याच नाहीत.

सकाळची वेळ. गोपा डोळे मिटून झाडाखाली बसला होता. तो एकदम दचकला. चारचौघा जणांनी त्याला खमाटून धरला, उभा केला आणि निंबाच्या खोडाला कासऱ्यानं जाम आवळला. लगोलग महारवाड्यासाठी घेतलेल्या बोरिंगपासून

ते गोपापर्यंत लोकांनी माळ लावली आणि गार पाण्याच्या घागरी गोपाच्या टाळूवर भडाभडा ओतण्याचा सपाटा चालवला. गोपा गुरासारखा ओरडला, पण कुणी ऐकलं नाही. पाण्याचा ओघळ पार वेशीपर्यंत गेला. बारा घागरी पाणी लोकांनी गोपाच्या टाळूवर ओतलं.

एक जण म्हणाला, ''एक आठुडाभर असं पानी पडू द्या. कसा मेंदू शांत होत नाही, ते बघू. अहो, पाक कामातनं गेलेलं मानूस सुधरतंय; मग हे तर अजून कच्चं हाय!''

गोपानं ही वेळ येऊच दिली नाही.

दुसऱ्याच दिवशी तो भाकरी बांधून लाकूड आणायला नाझऱ्याला गेला आणि संध्याकाळी येताना सागवानी सोट, फळ्या, खिळे, पट्ट्या, स्क्रू, पत्रा असं भलं जंगी सामान घेऊन आला.

धोतराचा खोचा खोवून, अंगात नुसतं बनियन घालून, कानावर शिसपेन्सिल ठेवून सुतारमेटावर त्याचं काम सुरू झालं. हाताखाली बायकू काम करू लागली. रंधा मार, पटाशीनं तास, किकऱ्यानं भोकं पाड असा कामाचा घायटा सुरू झाला.

लोक म्हणाले, ''बारा घागरीत पोरगं सुधारलं! कामाला लागलं.''

पुन्हा बारीक-सारीक कामं घेऊन लोक सुतारमेटावर जाऊ लागले आणि हात जोडून गोपा त्यांना सांगू लागला, ''माझ्याच्यानं तुमचं काम बनायचं न्हाई, माफी करा.''

''आता का रं गोपा?''

''मी उद्योगात हाय, हे बघताय नव्हं?''

''हे कुनाचं काम घेतलंयास? कान्ट्र्याट हाय काय भायेरचं?''

''ते पुरं झालं म्हंजे आपसूक कळंल.''

''गावाचं काम करनार न्हाईसच म्हन की!''

''होनार न्हाई. माफी करा.''

इतके दिवस सुट्टी मिळालेलं चुलत्याचं बारा वर्षांचं पोर पुन्हा हाताखाली घेऊन गोपानं कामाचा सपाटा चालविला.

असं दणक्यानं मोठ्ठं काम सुरू झालं, तेव्हा रिकामटेकडी माणसं सुतारमेटावर जाऊन घटका-घटका बघत बसू लागली. वरचेवर विचारू लागली, ''गोपा, कुनाची गाडी बांधायला घेतलीस काय रं? का छकडा हाय?''

गोपा म्हणायचा, ''होऊ द्या पुरं काम. मग तुमच्या डोळ्यालाच दिसंल की!''

अनेक जणांनी विसर पडून गोपाला पुन:पुन्हा हा प्रश्न केला, पण त्यानं काहीही सांगितलं नाही. बरं, ज्या कुणी बहाद्दरानं एवढं मोठं काम दिलं होतं, तोही कधी तिथं बघत बसलेला कुणाला दिसला नाही. मग हे पोर काय करतंय बरं?

सगळ्याच गावाला ह्या गोष्टीचा त्रास झाला. हळूहळू चार बाजू तयार झाल्या. लाकडाच्या भल्या जाड उभ्या पट्ट्या मारलेल्या या बाजू होत्या. लहान-लहान चार चाकं तयार झाली.

लोक विचारायला लागले, "कुनाचा गाडा करायला घेतला हायेस काय रं गोपा?"

गोपा काही बोलायचा नाही.

मग गावात आवई उठली – तासगावच्या सर्कसवाल्यानं ऑर्डर दिलीया! गोरिला म्हणून जे जंगी माकड असतंय, ते ठेवण्यासाठी पिंजरा पाहिजे. गोपा सुताराला दोन हजार रुपये मिळणार आहेत ह्या कामाचं.

लोकांना ही बातमी खरी वाटती-न वाटती तोवर गोपाची बायको पुन्हा माहेरी पळून गेली आणि चार दिवस काम बंद ठेवून गोपा तिच्यापाठी धावला. मग लोक म्हणाले, "आयला, पिंजरा तयार होतोय त्यो बायकूसाठीच वाटतं! पिंजऱ्यात अडकावून ह्यो बहाद्दर खोड जिरवतोय तिची आता."

ही बातमी पिकली आणि सकाळ-संध्याकाळ सुतारमेटावर तोबा गर्दी व्हायला लागली. पिंजरा कधी पुरा होतोय आणि गोपा त्याचं काय करतोय, ह्या गोष्टीकडं उभ्या गावाचं ध्यान लागलं.

आता सगळे सुटे भाग तयार झाले होते. खालचा साटला जोडून पुरा झाला. चांगला तीन-साडेतीन फूट रुंद आणि साडेपाच-सहा फूट लांब! त्याला जाळी ठोकलेली. मग बाजूची बाव्हखडं. त्याला पाळण्यासारखे लाकडी कातीव गज. वर दोपाखी छप्पर. त्याला आतनं लाकडी चौकटी आणि वर पन्हाळी पत्रा. पिंजरा दोर लावून ओढत कुठंही नेता यावा, म्हणून खाली मोटंच्या चाकासारखी लाकडी भरीव चार चाकं. सगळी जय्यत तयारी झाली. पिंजऱ्याला भक्कम दारही ठेवलेलं होतं. बघणारे म्हणू लागले, "इतकं कळसूत्री काम ह्या बेन्यानं जल्माला येऊन पयल्यांदाच केलं."

लोक येत होते. बघत होते. काहीबाही विचारत होते; पण गोपा गप्पच होता. एक-दोन शब्दांपलीकडे तो कधी बोलला नाही. हसला नाही. अगदी पहिल्या दिवशी भिवादादानं त्याच्या चेहऱ्याचा रंग पालटलेला जो बघितला होता, तोच अजून कायम होता.

सगळे सुटे भाग नीट तयार झाले आणि मग जोडणी सुरू झाली. हुशार गवंड्यानं एखादी समाधी घडीव चिऱ्यावर चिरा रचून अगदी कळाशीत बांधावी, तसा हलक्या हातानं गोपानं पिंजरा जोडला. जोडणीचं काम आठवडाभर चालू होतं. ज्या दिवशी काम पुरं व्हायचं होतं, त्या दिवशी तर गोपा गॅसबत्ती लावून रात्री उशिरापर्यंत काम करत होता. चार हौशी लोक जांभया देत आणि अंग खांजळत

बघत बसून होते. अखेर चंद्र माथ्यावर आला. टिप्पूर चांदणं पडलं, तेव्हा गोपानं बत्ती विझवली. मग मात्र पिचकाऱ्या टाकत, नाल मारलेल्या वहाणा वाजवत लोक घरोघरी निघून गेले.

दुसऱ्या दिवशी गोपालाच पिंजऱ्यात बघून सगळं गाव हललं!

सगळ्यात आधी भिवादादा विभुते हजर झाला आणि आधी त्यानं गोपाच्या बापाला झाडला.

"तुज्या गवऱ्या वड्याला गेल्या आन् तुला एवढी अक्कल कशी नाही? आपल्या हातानं पिंजरा घडवून एकुलतं एक पोर त्यात जाऊन बसलं, तरी तू थंड कसा? एवढा ह्या पोराला जीव नकूसा व्हावा, असं तुमी लोक वागला कसं?"

झाड पावसाचा मारा घेतं तसा गोपाच्या बापानं खाली मान घालून हा शब्दांचा मारा मुकाट्यानं सोसला. अखेरीला तो म्हणाला, "काका, खंडुबाची आण! आम्ही त्याला काही बोललू न्हाई. तुमी बघतायच गेले तीन-चार म्हइनं काय गोंधळ चाललाय त्यो!"

"अरे, पर त्येला माया दावून, आंजरून-गोंजारून ताळ्यावर आनायचा का पिंजऱ्यात कोंडायचा?"

"आमी कोंडला न्हाई काका. त्यो आपल्या मनानं, कोंबडा खुरोड्यात जाऊन बसावा तसा बसलाय. काय त्यात गोडी वाटतीया त्येला, देवाला डोळं! आमी नाकदुऱ्या काढल्या, हातापाया पडलो, रडलो, त्येची बायकू बोंबललीसुदा; तरी ह्यो भायेर याला तयार न्हाई. 'आता, माझ्या मयतीलासुद्धा तुमी येऊ नका. फकस्त ह्यो गाडा वढून माळाला सोडा कुनाकडनं तरी, म्हंजे बास!' असं बोलतोय. आमी हात टेकलं ह्या पोराम्होरं. आता गावानंच काई इलाज चालतुय का बगावं."

गावातल्या भल्या-भल्या माणसांनी येऊन समजूत काढली, पुष्कळ सांगून बघितलं, पण गोपानं कुणाचं काही ऐकलं नाही. दाराला कुलूप लावून त्याची चावी खिशात टाकून तो पिंजऱ्यात गुडुप बसून राहिला. तिथंच खायचं, तिथंच झोपायचं. जांभया द्यायच्या, हातपाय ताणायचे, जोर-बैठका काढायच्या. फारच कंटाळा आला, तर टाळ्या वाजवून भजन करायचं.

हळूहळू गोपाचं तोंड काळंभंगार झालं. सुरवंटाच्या अंगाला असतात तसे केस गालाला, हनुवटीला आले. डोईवरच्या झिपऱ्याही वाढल्या. रोजची अंघोळ चुकली. त्यामुळे पिंजऱ्याजवळ शिकारखान्यासारखा वास येऊ लागला.

पावसाळा सुरू झाला. सुतारमेटावर कामाची वहिवाट नसल्यामुळं गवत माजलं. बेडक्या, टोळ उड्या घेऊन घेऊन पिंजऱ्यात चढायला बघू लागले.

पावसाची थोडी उघडीप झाली की, रिकामी माणसं पिंजऱ्याभोवती गर्दी करू

लागली. गोपा कसा बसतोय, कसा उठतोय, कसा खातोय हे बघण्यात लोक तासन् तास काढू लागले. दरवेशाच्या अस्वलाभोवती करावी तशी गर्दी पोरंटोरं करू लागली. जशी वेशीतल्या पारावर, मारुतीच्या देवळासमोर, एस.टी.च्या स्टँडवर कायम चार-आठ माणसं दिसायची, तशी आता पिंजऱ्याभोवती दिसू लागली. कुणी माणूस नित्याच्या चार ठिकाणी दिसला नाही, तर लोक आवर्जून म्हणू लागले, "बसला आसंल पिंजऱ्यापाशी, तिकडं बघा. बरूबर सापडंल."

गावातले लोक, पोरं जमून बघायची. काहीबाही बोलायची. हसायची. काही नकळती पोरं खडे मारायची. पाला, काटक्याकुटक्या पिंजऱ्यात टाकायची. वेडेवाकडे आवाज काढून गोपाला तोंड करून दाखवायची.

मग गोपाचा म्हातारा, म्हातारी किंवा बायको येऊन पोरांना शिव्या घालायची. वाळवणावर आलेल्या शेरडावर फेकावीत तशी धोंडं फेकायची. पोरं तेवढ्यापुरती पळायची आणि पुन्हा घटकाभरानं गोळा व्हायची.

गावात बटर-पाव विकणारा एक मुसलमानाचा इलाशा म्हणून होता. बुट्टीतनं पाव-बटर घेऊन त्याला गल्लोगल्ली हिंडावं लागायचं; पण पाऊस उघडताच त्यानंही फेरी बंद केली. त्याऐवजी पिंजऱ्याजवळ नांदुरकीच्या झाडाच्या सावलीलाच तो बुट्टी पुढं घेऊन बसायला लागला आणि बसल्या जागी त्याची विक्री होऊ लागली.

बाजाराच्या दिवशी गर्दी जास्ती वाढायची. तालुक्याच्या बाजाराहून परतणारी माणसं सरळ गावातनं जाणाऱ्या रस्त्यातून पुढे जाण्याऐवजी वाकडी वाट करून पिंजऱ्यातला गोपा बघायला यायची. बाजाराहून आणलेला ऊस, डाळंचिरमुरं, रेवड्या खात-खात पिंजऱ्याभोवती गर्दी करायची.

"आयला, चांगलं माकडावानी दिसतंय की!"

"शेपाट कुटाय रं?"

"तोडलंय जनू!"

"कशापायी?"

"कुत्र्याचं तोडत न्हाइती का, तसंच."

असं काही ऐकल्यावर दोन्ही हातांनी गज गच्च धरून आगीत सापडलेल्या ढोरासारखा गोपा ओरडायचा आणि गज गदागदा हलवायचा. सगळा पिंजरा हादरायचा. गोपा 'व्हां, व्हां, व्हां' ओरडायचा. त्याचं ते ओरडणं ऐकून बारकी पोरं चड्डीत मुतायची.

पण कळत्या माणसांना फार हसायला यायचं.

"भले भले! पुन्यांदा होऊ दे." असं ओरडून ते गोपावर हसायचे. वाकून-वाकून हसायचे. एकमेकांना टाळ्या द्यायचे.

मग ही माणसं 'आपण अशी अशी मज्जा बघितली' म्हणून दुसऱ्यांना सांगायची आणि बाजाराला, जत्रेला, उरुसाला शेजारपाजारच्या गावाला आलेली माणसं गोपाला बघायला आवर्जून यायची. कधीकधी सायकली, बैलगाड्या यांची गर्दी व्हायची. कधी एखादी जीप यायची. पांढरीधोट कापडं घातलेली माणसं पाच मिनिटं उभी राहून गडबडीनं पुन्हा जीप जोरात सोडायची.

बिबेवाडीचे कोळी गुरुजी तर एकदा शाळेची सहल घेऊन आले. पटावर असलेली त्रेचाळीस मुलं भाकरी बांधून पायी-पायी गावात येऊन पोचली. शिस्तीनं रांग धरून सुतारमेटावर गेली. गावकऱ्यांनी 'हिकडं कुटं गुरुजी?' म्हणून विचारल्यावर गुरुजी म्हणाले, "पोरं सारखी मागं लागली होती, सहल काढा म्हणून. कुठं काढायची? बघण्यासारखं स्थळच नाही आपल्या ह्या घडशी मुलखात. ना देवळं, ना डोंगर, ना किल्ला, ना गढी. मगकुणी तरी बातमी दिली की, बलवडीला मानसाला पिंजऱ्यात कोंडलंय. पुष्कळ लोक बघून आले. म्हटलं, चला सहल घेऊन."

दोना-दोनांची रांग धरून पोरं मेटावर आली आणि त्यांनी पिंजऱ्याला गराडा दिला. आरडाओरडा, ढकलाढकली, चेंगराचेंगरी सुरू झाली. गुरुजी म्हणाले, "मुलांनो, तुम्हाला काय दिसले?"

"पिंजरा."

"आत कोण आहे?"

"माणूस."

"त्याला काय लागले आहे?"

"वेड."

"वेड्याला असं कोंडून का ठेवतात?"

"त्याच्यापासून इतरांना धोका असतो...."

कोपऱ्यात बसलेला गोपा दाणकन उठला आणि दोन्ही मुठींत गज धरून मोठ्यांदा किंचाळला.

पोरं भसाभसा मागं पळाली. काही क्षण गप्प झाली. भयभीत डोळ्यांनी बघत राहिली.

घसा खरडून गोपा ओरडला, "कोन येडा?"

सगळे गप्प.

गुरुजी म्हणाले, "मुलांनो, घाबरू नका. प्रत्येक वेड्याला असंच वाटत असतं. आपण वेडे नाही, असंच तो सांगत असतो."

पुन्हा गोपा ओरडला आणि त्यानं गदागदा गज हलवले. सगळी मुलं हसली. काहींनी टाळ्या पिटल्या, शिट्ट्या वाजवल्या.

काही धीट मुलं पुढं झाली आणि त्यांनी गोपापुढं नाकं खाजवली. जिभा काढून दाखवल्या.

गुरुजी म्हणाले, "अरे, वेड्याला त्रास देऊ नका हं. नुसतं पाहा."

"गुरुजी, मी शेंगा आणल्यात. पिंजऱ्यात टाकू?"

"लांबून टाक."

"मी गाजरं टाकू का?"

"टाक."

"गुरुजी, मी धपाटी आणलीत. टाकू?"

मुलं नाना खाद्यपदार्थ पिंजऱ्यात भसाभसा टाकून मोकळी झाली. धपाट्याचे तुकडे, बाजरीच्या भाकरीचे तुकडे, मटकीची उसळ, गाजरं, झुणका, रताळी, उसाची कांडी... एका मुलानं तर काटकी खुपसून गोपाला ढोसलं! प्रचंड गलका झाला.

गोपा दोन्ही दातांनी पत्रा वाजवून भयंकर ओरडला.

तरी पोरं हालेनात, तेव्हा चावीनं दाराचं कुलूप काढून गोपानं धाडकन पिंजऱ्याचं दार उघडलं आणि तो तोंड वासून, हात पसरून पोरांच्यावर पिसाळलेल्या कुत्र्यासारखा धावून गेला.

मग मात्र पोरांची पळापळ झाली आणि धोतरात पाय अडकून गुरुजी पडले. गोपा त्यांच्या अंगावर जाऊन पडला. गुरुजींचं डोकं दोन्ही हातांनी धरून त्यांच्या खांद्याला तो कडकडून चावला.

त्याच दिवशी मध्यरात्र टळून गेल्यावर गोपा आपल्या घरात गेला. त्यानं घरातला बारीक करून ठेवलेला कंदील उचलून मोठ्ठा केला. तो बाहेर आला. कंदिलाचं बूच उघडून होतं-नव्हतं ते रॉकेल त्यानं पिंजऱ्यावर ओतलं आणि कंदिलाची काच वर करून काडी पेटवली. ती पिंजऱ्याला लावली.

पिंजरा धाडधाड पेटला. निंबाच्या झाडाला हाय लागली आणि हिरवी पानं करपली. तडतड आवाज झाला. निंबात झोपलेली पाखरं घाबरून चारी दिशांना उडाली. वाऱ्यानं आगीच्या चिंध्या झाल्या आणि चोहो अंगांनी फडफडू लागल्या.

त्या लाल-पिवळ्या उजेडात घराच्या भिंतीकडेकडेनं सरासरा धावणारी काळी लठ्ठ मठ्ठ घूस गोपाला दिसली. कुत्रं मागं लागल्यासारखी ती धावली आणि गोपाच्या डोळ्यांसमोर घराच्या पायरीखाली केलेल्या बिळात घुसून दिसेनाशी झाली.

मागनं खरंच एक कुत्रं धापा टाकत आलं आणि खुळ्यासारखं अंगाभोवती फिरलं.

घुशीला आसरा देणाऱ्या काळ्या बिळाकडे गोपा एकटक बघत राहिला.

■

२

शमसू मुलाण्याला हरण सापडते

आदल्या दिवशी गावात बेंदूर सण होता. घरोघरी पुरणपोळ्या झाल्या होत्या. संध्याकाळी सजवलेल्या बैलांची थाटानं मिरवणूक निघाली होती; पण पेशानं शेतकरी असूनसुद्धा शमसू मुलाणी गावाकडं फिरकला नव्हता. ह्या सणाशी आपला संबंध काय?

गावापासून अर्धा-पाऊण मैल लांब असलेल्या आपल्या पाच एकरांच्या मळ्यात शमसू निवान्त होता. त्यानं आपली दोन्ही बैलं धुतली नव्हती, रंगवली नव्हती. त्यांच्या शिंगांना गोंडे बांधले नव्हते का कांडलेल्या बाजरीचा खिचडा, गुळाचं पाणी शिंपडून त्यांच्यापुढे ठेवला नव्हता. ज्या गावाला जायचं नाही, त्याची वाट पुसा कशाला? शमसूला हा सण पाळायचाच नव्हता. दर साल दिवाळीला हे लोक गाई-म्हशींना ओवाळतात. आपण कुठं ओवाळतो?

दिवस मावळायला आला. काडानं शाकारलेल्या आपल्या लहानशा झोपडीपुढं शमसूनं हौसेनं लावलेल्या आंब्याच्या झाडावर चिमण्या गोंधळ करू लागल्या, तेव्हा अंगणात टाकलेल्या खाटल्यावर बसलेला शमसू उठला. झोपडीच्या उजव्या अंगाला आडवा ओढा होता. ह्या ओढ्याला लागूनच असलेल्या पट्टीत मका लावलेला होता. तो थोडा विरळ करून बैलापुढं चार हिरवी धाटं टाकावीत म्हणून एक चऱ्हाट आणि विळा घेऊन बांधाबांधानं शमसू खालच्या पट्टीकडं निघाला. ह्या बांधानंच पाण्याचा पाट जात होता. पपई, पेरू, डाळिंबं असली चार झाडं बांधाला लावायला पाहिजे होती; पण मोकाट शेरडांचा, गुरांचा आजूबाजूच्या रानात इतका वावर होता की, कसलंही हिरवं रोप ती जगू देत नसत. कितीही डोळ्यांत तेल घालून राखण केली, तरी केव्हा येऊन ती रोपांचा मुडापा करीत याचा पत्ता लागत नसे. ह्या अनुभवामुळं शहाणा होऊन शमसूनं फळझाडं लावण्याचा नाद सोडून दिला होता.

कोरड्या पाटातून चालत-चालत शमसू पार ओढ्याशेजारच्या पट्टीत आला आणि छाती-कमरेला आलेल्या मकेकडं त्यानं नजर टाकली. तर ओढ्याच्या बाजूनं येऊन कुणाचंतरी वासरू मकेत बसलं होतं.

शमसू जागच्या जागी थांबला. खाली वाकून त्यानं धोंडा उचलला.

'वासरू? नाही, नाही... हे हरण दिसतंय, हरण!'

शमसूचं काळीज लटकन हललं.

'इसकी मा! हरण कुटनं आलं मकंत? आसपास कुरण नाही. डोंगर, जंगल तर नाहीच नाही. हरणं वर माळाला होती म्हणं कधी काळी. आता त्या केवळ सांगीवांगीच्या गोष्टी. अलीकडं ह्या रानाला सशाचं शेपूट दिसत नाही, ते हरण कुठलं दिसायला? मग हे काय?'

अंगाचं वेटोळं करून आणि तोंड कासंत घालून हरण गपचिप बसलं होतं. अधूनमधून त्याचे मोठमोठे कान हलत होते. बाकी त्याला शमसूचा काही पत्ता नव्हता. नुसता पायाचा आवाज त्यानं घेतला असता, तरी ते लगेच चेंडूसारखं उडालं असतं.

हा विचार मनात आला आणि शमसू फासेपारध्यांसारखा जागच्या जागी मुरला. हळूच पलीकडं बांधाआड झाला. आता त्याच्या छातीचा भातासुद्धा जोरात चालू झाला होता. शिकार आयती समोर चालून आली होती, पण जवळ हत्यार नव्हतं. कुत्रं नव्हतं. एकाला दोन गडीसुद्धा नव्हते. 'एकटा गडी हरण कसं मारणार?'

त्यानं वर नजर टाकली. वस्तीचं छप्पर दिसत होतं. भिंत दिसत होती. धाकटा भाऊ सलम्या त्याला दिसला असता, तर हात वर करून नुसत्या खुणेवर त्याने त्याला बोलावून घेतला असता.

वेळ दवडूनही उपयोग नव्हता. हरणासारखं तेज जंगली जनावर. माणसाच्या अंगावरचा वारा जरी त्यानं घेतला, तरी टाणकन उडून नाहीसं होणार.

काय करावं? शमसूच्या जिवाची उलघाल झाली.

'दबत-दबत बांधाच्या आडोशानं पुढं सरकावं. हरणाच्या रेघंत यावं. हळूच डोकं वर काढून बघावं. नेटात आहे असं वाटलं, तर विळा फेकून नेमका डोक्यात मारावा. पडलं तर पडलं, गेलं तर गेलं!'

बांधाआडून रांगत-रांगत दोन कासरे रान आटपेपर्यंत शमसू मुलाणा घामाघूम झाला. दमणूक म्हणून नव्हे, तर आता हे जनावर राहतंय का जातंय, म्हणून!

एका रेघेत आलो, असं वाटल्यावर जागच्या जागी गप्प बसून त्यानं दम घेतला. मग हळूच डोकं वर करून बघितलं. अगदी जवळ, सात-आठ वाव अंतरावर हरण अजून तसंच बसून होतं.

शमसूला वाटलं, 'आणखी जवळ जावं. नेम चुकायला नको.' बांधाखाली, ऐन रानात रुईचं एक मोठं झुडुप होतं. चलाखीनं पालथा घसरून शमसू त्या रुईआड गेला. पानांआडून त्यानं बघितलं. हरण हललं नव्हतं.

त्याचं खाली-वर होणारं पोट शमसूला स्पष्ट दिसत होतं. विळा फेकून मारण्याचा विचार शमसूनं सोडून दिला. चऱ्हाट, विळा रुईच्या बुडाशी ठेवून त्यानं

दोन्ही हात रिकामे केले. सगळं बळ एकवटलं. मांजर जसं अंग आखडून घेऊन चिमणीवर किरण घेतं, तसं त्यानं हरणाच्या अंगावर किरण घेतलं आणि बकऱ्याचे धरावे तसे त्याचे मागचे दोन्ही पाय धरले. सुटून पळण्यासाठी हरण धडपडलं. काळ्या रानातून त्यानं शमसूला दरादरा ओढलंसुद्धा.

हरणाचे दोन्ही पाय गच्च धरून शमसू ओरडला, "सलम्याऽ ये सलम्याऽऽ पळ, पळ."

वस्तीकडून सलम्याची 'ओ' आली.

"किधर रे?"

"पळ पळ, खालच्या पट्टीत ये वढ्याकडंला."

सलम्या धावत आला. दोघा भावांनी मिळून हरणाचे चारी पाय मकेचा भारा बांधायला आणलेल्या चऱ्हाटानं बांधले आणि सलम्यानं खांद्यावर टाकून हरण वस्तीवर आणलं. सलम्या भलताच हरकून गेला. कुस्ती मारल्यासारखा हरणाभोवती नाचायला लागला.

बुढ्ढा, बुढ्ढी, शमसूची बायकू, लहान पोरगी सगळीच चकित झाली. ही वस्तू आपल्या रानात आली कशी, ह्याचं सगळ्यांनीच आश्चर्य केलं.

बुढ्ढा म्हणाला, "आरं, कुणाचं पाळलेलं जनावर नाही ना? नीट बघा खाणाखुणा."

काही खाणाखुणा नव्हत्या. गळ्यात घुंगरू नव्हतं, पायात काळा दोरा बांधलेला नव्हता.

हरण पार पेकाळून गेलं होतं. दगडाधोंड्यांतून पळून-पळून त्याच्या चारी पायांना जखमा झाल्या होत्या. रक्त ओघळून सुकलं होतं. पुढचा एक पाय गुडघ्यात निखळला होता काय, कुणास ठाऊक. त्याला धड चार पायांवर उभंही राहता येत नव्हतं.

बुढ्ढा म्हणाला, "आधी त्याला पानी द्या. हराळी, हिरवा पाला खातंय का बघा."

सलम्यानं बाहेर जाऊन हिरवीगार हराळी उपटून आणली. तोंडापुढे धरली. हरण गप्पच होतं. आपल्या मोठ्यामोठ्या डोळ्यांनी नुसतं टकामका बघत होतं. थरथर कापत होतं. मग सलम्यानं पाण्याचा कटोरा भरून पुढं ठेवला.

हरणाला काही नको होतं.

बुढ्ढी कनवाळूपणानं बोलली, "भेलंया रं लेकरानू ते! खायापियाचं काय सुसतंय त्याला? जरा इसरांती घिऊ द्या. बाजूला व्हा त्याच्यापासनं."

दिवस मावळून दिवेलागण झाली. शमसूच्या झोपडीत कंदील लागला. बुढ्ढी नातीला मांडीवर घेऊन झोपवू लागली. शमसूची बायको चूल पेटवून भाकरी बडवायला बसली.

सलम्या म्हणाला, "आपण ह्याला पाळू या."

शमसू म्हणाला, "पाळ, पन लई देखभाल करावी लागती. कुत्र्यापासनं संबाळावं लागतं."

"संबाळीन."

हे असलं नवलाईचं जनावर आभाळातनं पडावं तसं आपल्या रानात पडलं, त्याचा आता आपण हौसेनं सांभाळ करू, असं सगळ्यांनी मिळून ठरवलं.

अपुऱ्या उजेडात बसून तिघे जण बोलत होती, तोवर बाहेर पावलं वाजली. अंधारातनं आवाज आला, "काय चाललंया भाईसाब?"

"कोन हाय?"

"मी मार्तंडा मांग जी."

झोपडीच्या दाराशी येऊन मार्तंडा मांजरासारखा आत डोकावला आणि "अगाऽ बाबा गाऽ" असं विव्हळत बाहेरच उंबऱ्याशी बसला.

शमसूनं विचारलं, "कुनीकडं गेला हुतास?"

तसा मार्तंडा म्हणाला, "चालून-चालून पायाच्या दांड्या मोडल्या बगा. मायंदाळ हिंडलो, पन अवंदा सशाचं शेपाटसुदा आपल्या गावाला घावलं न्हाई."

"कुटं?"

"कुटं? तुमाला बगा निम्म्या गावाचा पत्त्या नसतोय. अवं, काल बेंदूर झाला. आज भल्या पाटंला उटून मानसं शिकारीला गेली हुती लोटंवाडीच्या कुरनात. दर साल जात्यात तशी, पण काई घावलं न्हाई. रिकाम्या हातानं गाव माघारी आलं. मी ह्यो तकडनंच आलो नव्हं का! म्हनलं, जाता-जाता वाकडी वाट करून तुमच्या मळ्यातनं जावं. काय पेंडीपाचुंदा दिला तुमी, तर न्यावा आपल्या गाईला."

मार्तंडा मांग रंगानं ठार काळा, अंगलटीनं किरकोळ आणि उंचीनं भला लांबडा होता. त्याची गालफाडं वर आलेली होती. तोंडातले दोन दात सोन्यानं मढवलेले होते. त्याला जमीनजुमला काही नव्हता. वर्षातून सहा महिने तो अकलूजच्या साखर कारखान्यावर जगायला जाई. ऊस तोडायची मजुरी बायको-पोरांसह करून बरा जगून माघारी येई. गावात मोलमजुरी करून पोट भरी. असं सगळं असलं, तरी तो नादी माणूस होता. सिनेमा, तमाशा, कुस्त्या, लेझीम, पाळलेली कबुतरं अशा अनेक गोष्टींत त्याला रस होता.

मार्तंडानं ही शिकारीची हकिगत सांगताच सलम्या चेकाळून बोलला, "आयला, तुम्ही कुरणं हिंडा आन् आमाला हितं बसल्या जागी आमच्या मकंत हरणं गावलं!"

"हरन? चेष्टा करताय काय माजी?"

यावर गळ्याचं कातडं चिमटीत पकडून सलम्या म्हणाला, "आईशप्पत खोटं नाही. हे बग!" असं म्हणून त्यानं कंदील हातात घेऊन कोपऱ्यात, पोत्याच्या आड

बसलेलं हरण मार्तंडाला दाखवलं.

डोळे मोठे करकरून मार्तंडानं बघितलं, तर सादमुद हरण होतं. कासंत तोंड घालून गप्प बसलेलं. त्याची कूस खाली-वर होत होती. मार्तंडानं हलकंच पाठीवर हात ठेवला, तसं ते लटकन हललं, चारी पायांवर उभं राहिलं आणि शेपूट आवळून बांधल्या दाव्याशी धडपडू लागलं.

मार्तंडानं मागनं-पुढनं हरण नीट बघून घेतलं आणि एकदम त्याच्या मनात शंका उभी राहिली. दोन्ही हातानं त्यानं गालावर मारून तोबा-तोबा केलं. शमसूला खुणावून बाहेर नेलं. विडी ओढण्याच्या निमित्तानं दोघं विहिरीच्या धावेवर जाऊन बसले.

मग हलक्या आवाजात मार्तंडा म्हणाला, ''मालक, ही भलती भानगड झाली!''

''काय रं?''

''अवं, ही शिकार देशमुखवाडीच्या लोकांची हाय. त्येंनी हाका घालून उठिवल्यालं हे हरान दौड मारून वढ्याबगळींनी हिकडं आलंय. अवंदा कुरनात चार गावं खेळत हुती. एक आपलं, दुसरी लोटंवाडी, तिसरं चिनकं आन् चवथं देशमुखवाडी.''

''बरं, मग?''

''तर त्येंनी हरान उठिवलं दोपारा. आमी अशा अशा दिसाला कुरन सोडलं, तरी ती मानसं मागावर हुतीच. आता, जर का त्येंना माग नीट लागला, तर ती नेमकी बघा हितं तुमच्या वस्तीवर येतील.''

उर्मट स्वरात शमसू म्हणाला, ''काय शिक्का मारलाय काय हरनावर त्येंनी? ते आमच्या रानात आसऱ्याला आलंय. जीव घेतला कुनी, तरी मी ताब्यात देनार न्हाई. पाळणार आहे मी ते!''

मार्तंडा म्हणाला, ''मालक, आधीच ते गाव अरकट, खुनाखुनीला सवकलेलं. त्यात आवंदा सुभंदार राम देसमुख पलटणीतला, रजा काढून खेळायला आलाय. त्याच्यापाशी लायसनची डबलबारी बंदूक हाय. कमरंला जंब्या हाय हातभर लांब. खाकी कापडं अंगावर, पायात मिलिट्री बूट. त्येच्या जोरावर देशमुखवाडी सगळ्या गावास्नी दम देत हुती आज. समद्या कुरनाचा ताबा त्येंनीच घेतला हुता बगा.''

हे सगळं वर्णन ऐकून शमसूलाही काळजी वाटायला लागली.

''मागावर हितं येतील? इतक्या लांब?''

मार्तंडा ठामपणे म्हणाला, ''तर तर! शिकारी कुत्री हायेत वास काढणारी. शिवाय अनभवी मानसं पलटणीतली.''

''आली तर काय करतील?''

''आमची शिकार द्या म्हणतील.''

"कशावरनं तुमची?"

"ते हायच की हो! त्येंनी काय शिक्का मारलेला न्हाई हरनावर. पन बोलाबोली होनार. एखांद्या वक्ती चिडीला गेलं काम, म्हंजे हाणाहाणीपतूरबी जानार!"

"हाणाहाणी करतील?"

"तर तर! ते गाव माजुरी म्हणून सर्व्या मुलखात जाहीरच हाय हो! सहज बोलण्याला 'का गा, मुंडीवर हुबा करू का?', 'का गा, बायकूचं कुकू पुसून आलायस का?' असं बोलत्यात ती लोकं."

आता मात्र शमसूला भीती वाटू लागली. नेमानेमानं आपण भलत्याच संकटात सापडलो, अशी भावना झाली. गारठ्यानं काकडल्यासारखा अंग चोरून तो म्हणाला, "हाणाहाणीच होईल का आणि काई?"

फारच खालच्या आवाजात मार्तंडा निर्वाणीचं बोलला, "वक्तावर खूनसुदा पडनार बगा! अवं, ही शिकार म्हंजे चिडीची बाब आसतीया. गावच्या अब्रूचा सवाल!"

मग काही वेळ दोघंही गप्प झाले.

चांद उगवला होता. गार वारं सुटलं होतं. विहिरीत बेडक्या ओरडत होत्या. मग अंगात आल्यावर देव बोलावा तसा मार्तंडा बोलला, "मला ह्यात काई तरी धोका दिसतुया!"

शमसू आता काळजीनं पुरा घेरला गेला होता.

"मग ह्यातनं वाट काय रं मार्तंडा?"

"मी काय जी सांगू?"

"तसं कसं? भायर पडलंच पायजे."

मार्तंडानं डोईचा पटका काढून भुईवर अलगद ठेवला. डोकं दोन्ही हातानं चोळलं. पुन्हा पटका नीट उचलून डोक्यावर अलगद ठेवला. आणखी एक बिडी पेटवली. ती पार करदोड्यापर्यंत आल्यावर जमिनीवर घासली आणि थोटुक लांब टाकून तो म्हणाला, "आधी तुमी ह्यो मुद्देमाल घरातनं हलवा."

थोडा विचार करून शमसू म्हणाला, "आपण भाजीचं पोतं लादतो, तसं सायकलच्या कॅरेजवर लादून खानापूरला पावण्याकडं जाऊ का घिऊन?"

"लई लांबची मजल हो, सा-सात मैल! आन् जंगलचं जनावर हाय ते! कोंबडं हाय व्हय पाय बांधून न्याला? का बकरं हाय मारलेलं? असलं जनावर झाकून न्याला येतं का कधी?"

"मंग रं?"

"बगा बाबा, पन काई तरी तोड काढा."

देशमुखवाडीच्या लोकांनी कुरणात कुत्री घातली आणि भसाक्कन माळठिसकं

उठलं, तेव्हा एका लहानशा टेकावर बसून मार्तंडानं सगळा प्रकार बघितलाच होता. टाणटाण उड्या घेत हरण आणि त्याच्या मागोमाग कुत्र्यांचं लोंपाट त्याच्या अगदी समोरनंच गेलं होतं. कुत्र्यांनी शर्थ केली होती, पण हरणानं त्यांना अंगाशी चिकटू दिलं नव्हतं. गोल चक्कर मारून ते वगळीला लागलं होतं आणि बघता-बघता क्षितिजापलीकडं गेलं होतं.

हातची शिकार गेली, म्हणून वाडीचे लोक बेफाम झाले होते. तरणी पोरं वाऱ्यासारखी पळाली होती. चार कोस हिकडून तिकडं पळून त्यांनी कुरणातलं लवणन् लवण शोधलं होतं. तीनधानी निवडुंगाचा डवंगान् डवंगा हुसकला होता. दोन दिवस कुरणात हिंडावं लागलं तरी चालंल, पण अपेश घेऊन रिकाम्या हातानं गावात जायाचं नाही. शिकार घेऊनच वाजत-गाजत वेशीत शिरायचं, अशी पोरांत झालेली भाषासुद्धा मार्तंडानं कान पाडून ऐकली होती.

ही एवढी इरासरीला पडलेली पोरं माग काढणारच आणि मुलाण्याच्या वस्तीवर येऊन हरण ओढून नेणारच, ह्यात शंका नव्हती. त्यात मुलाणी जर हट्टाला पेटला असता, हिकडं-तिकडं त्याचा शब्द वावगा गेला असता, तर आपल्या शिवेशेजारी दंगा झाल्याशिवाय राहणार नाही, असं मार्तंडाला ठाम वाटत होतं.

मार्तंडाच्या भकाळी गेलेल्या पोटात भुकेचा डोंब उसळला होता. मुलाण्याच्या घरातनं कालवणाचा वास येताच ती जाणीव त्याला झाली. घाईला आल्यासारखा तो शमसूला म्हणाला, ''बराय, मी जाऊ का आता?''

''का रं, बस की!''

शमसूनं विचार कर-कर केला आणि सलम्याला हाक दिली. तो येताच सांगितलं, ''हे बग, तू आपली सायकल घे आन् अस्साच्या अस्सा खानापूरला जा. आपले याकूबभाई, पोपट, मिठुलाल, झालंच तर अब्दुलभाई या समद्यास्नी म्हणावं, आसंल तसं निघा. हितं खुनाचा परसंग आहे. देशमुखवाडीची लोकं हत्यार घेऊन वस्तीवर चालून येतायत, अशी बातमी आलीये. तुमी आला तर आमी वाचतोय. काय?''

पोरगं भेदरून गेलं होतं, तरी म्हणालं, ''होय, सांगतो.''

आता खानापूरला जायाचं म्हणजे उलट्या वाऱ्यात पाच-सात मैल सायकल मारायची आणि पुन्हा तितकंच माघारी यायचं. वाटंवर सोबत नाही, काही नाही; पण पोरगं तयार झालं. इजार खोचून त्यानं सायकल बाहेर काढली. मागलं-पुढलं टायर तपासलं. पंप घेऊन फसाफसा हवा मारली आणि कानाला मफलर बांधून ते वाटंला लागलं.

बुढ्ढ्यानं खोकत-खोकत विचारलं, ''की रे, गावमें चल्या क्या?''

सलम्या लटकंच म्हणाला, ''हूं.''

"मेरे वास्ते विडी बंडल ला एक."

शमसूला तिडीक आली. आयला, कुनाला कशाचं आन गुरवाला पैशाचं! तो खेकसून बोलला, "कायकू बिडी पिते है तुम! डास मार मारके छातीका खोका बनाया!" आणि त्यानं सलम्याला इशारा केला, "तुम न्हाटो पयला!"

शमसूच्या वस्तीवरच मार्तंडाला भाकरतुकडा मिळाला. आता रातभर त्यानं वस्तीवरच सोबतीला राहावं, असं शमसूचं म्हणणं होतं; पण तो जसा मनातून हादरला होता, तसा मार्तंडाही हादरला होता. फुकाफुकी त्याला ह्या दंगलीत घावायचं नव्हतं. शमसूला दोन धीराच्या गोष्टी सांगून तो वस्तीवरनं सटकला. गारठा पोटात घेऊन गाडीवाटंनं चालत-चालत गावाकडं येऊ लागला.

लांब-लांब ढांगा टाकत वाट कातरताना त्याला सारखं वाटत होतं, 'आज मुलाण्याच्या वस्तीवर दंगा होणार. कशाला आपण शमसूला ही सगळी कल्पना दिली? हरण बघून घराकडं गप्प आलो असतो, तर सुखानं निजलो तरी असतो. देशमुखं माग काढत आली असती, व्हायचं ते झालं असतं; पण आपण ह्या गुंत्यात का अडकलो? आता जर काही झालं, तर माझं नाव लपून राहणार नाही. गावातले लोक म्हणतील – लेका, तुला जर एवढं कळलं होतं, तर तू गावाला सूचना का नाही दिलीस? आपल्या शिवंशेजारी तू मारामारी होऊ कशी दिलीस? तू जर मुलाण्याला जागा केला नसतास, तर त्यानं खानापूरला आपल्या भाईबंदांना सांगावा कशाला धाडला असता?'

धनुकलीनं कापूस पिंजावा तसा मार्तंडानं ह्या गोष्टीवर विचार केला. शेवटी ठरवलं, 'झाली ही गोष्ट मनाशी ठेवायची नाही. सरळ जाऊन बाबासाहेबांच्या कानावर घालायची. आपल्या उरावरचा धोंडा उतरायचा आणि नित्रास घरी जाऊन झोप घ्यायची.'

मार्तंडा गावात आला तो थेट बाबासाहेब पाटलांच्या वाड्यावर गेला. सोप्यालाच बाबासाहेब बसले होते. सभोवार लोकांची गर्दी होतीच.

मार्तंडा धीटपणे पुढं झाला आणि मुजरा घालून उभा राहिला.

बाबासाहेबांच्या घरात वतन फार पूर्वीपासून होतं. शेतीभातीचा बारदानाही मोठा होता. आजोबा-पणजोबांपासून गावाचं पुढारीपण ह्या घरात होतं. तोच वारसा बाबासाहेबांनी चालविला होता. ते जिल्हा परिषदेचे अध्यक्ष होते; पण एक पाक कार्यकर्ते म्हणून त्यांचा लौकिक मोठा होता. सरकारदरबारी वजन होतं.

मार्तंडाला पायरीपाशी उभा बघून त्यांनी विचारलं, "काय रे मार्तंडा?"

मार्तंडानं खाली मान घातली. लाजल्यासारखं केलं आणि म्हणाला, "एक म्हत्त्वाची गोष्ट बोलायची हुती म्हाराज."

बाबासाहेब हसून म्हणाले, "बोल की मग! लाजतोस कशाला?"

मार्तंडा ओशाळवाणं हसला.

बाबासाहेब पुन्हा म्हणाले, ''अरं, ही मंडळी आपलीच आहेत. ह्यांच्यादेखत बोललास तर चालंल. घरातलं भांडण घेऊन नाही ना आलास?''

पटक्याचा शेमला पुढे होता, तो मागं टाकत मार्तंडा म्हणाला, ''न्हाई, आपन जरा बाजूला याल, तर सुईचं हाय.''

''बसा आपण, आलो मी.'' असं मंडळींना सांगून बाबासाहेब पायऱ्या उतरले आणि वाड्याच्या मोठ्या दरवाजातून बाहेर येऊन समोर जीपगाडी उभी होती, तिचा आधार घेऊन उभे राहिले. इथलं बोलणं आता आत ऐकू जाणार नव्हतं. मार्तंडा म्हणाला, ''शमसू मुलाण्याच्या वस्तीवर आज राती काही तरी दंगा होणार बघा!''

''का बरं?''

''खानापुराला त्येनं आपल्या जातभाईस्नी हत्यारबंद या, असा निरूप माज्यासमक्ष पाठविला.''

''हं? पण तक्रार कुणाशी आहे?''

''काय शिकारीची भानगड हाय. देशमुखवाडीच्या लोकांनी उठविल्याली शिकार मुलाण्याच्या रानात आली. जित्तं हरन मुलाण्यानं धरलंय आन् ते सोडणार न्हाई म्हनतोय.''

''देशमुख काय म्हणतात?''

''ते मागावर आल्याशिवाय ऱ्हानार न्हाईत, हरन न्हेल्याशिवाय सोडनार न्हाईत!''

भिवंडीला दंगा झाला, मालेगावला दंगा झाला, ह्या बातम्या सारख्या कानांवर येत होत्या. आधीच वातावरण गढूळ झालेलं होतं. त्यात ह्या शांत भागात असं काही खुट्टं झालं की, उगीचच सगळा जिल्हा बदनाम व्हायचा, असं बाबासाहेबांच्या मनात आलं.

काळजीच्या आवाजात त्यांनी विचारलं, ''दंगा होईल, असा रंग तुला दिसला का?''

ह्यावर हात जोडून मार्तंडा म्हणाला, ''माज्या मनात पाल चुकचुकली, म्हनून तर आपल्याला तरास दिला.''

''बरं, तू जा. मी बघतो काय करायचं ते.''

आता कानावर बातमी आलीच आहे, तर काही तरी खबरदारी घेतली पाहिजे, असं बाबासाहेबांना वाटलं. वेळ दवडूनही उपयोग नव्हता. त्यांनी कांबळे इन्स्पेक्टरना एक चिठ्ठी खरडली आणि फटफटी घेऊन माणूस तालुक्याला सोडला.

सलम्या धापा टाकत खानापूरला पोहोचला आणि शमसूनं सांगितलं होतं, त्या-त्या ठिकाणी त्यानं निरोप दिला. लगोलग गिधाडं उतरावीत तशी सगळी

मंडळी याकूबभाईच्या घरी उतरली. एवढा तातडीनं निरोप आलाय, त्या अर्थी मामला गंभीर असला पाहिजे, याबद्दल कुणाचंच दुमत नव्हतं. कसं जावं, काय जावं ह्याचा खल झाला. एकदम सगळ्यांनी मिळून जाणं बरोबर नाही; संशय येईल. फुटून-फुटून जावं आणि मुलाण्याच्या वस्तीशेजारच्या ओढ्यात एकत्र यावं. तिथून शमसूला निरोप द्यावा, असा पक्का विचार झाला आणि वेगवेगळ्या वाटांनी बाराएक सायकली – काही एकट्या, काही डबलसीट अशा शमसू मुलाण्याच्या वस्तीच्या रोखानं सुटल्या.

दरम्यान, बाबासाहेबांची चिठ्ठी कांबळे इन्स्पेक्टरांना मिळाली होती. दंग्याचा संभव आहे, हे ध्यानी येताच त्यांनी चारी बाजूंनी विचार केला. अत्यंत तातडीनं आपण दंग्याच्या जागी पोहोचलं पाहिजे, असं त्यांना वाटलं. हत्यारी पोलिसांची पार्टी घेऊन ते तिसऱ्याच एका लांबच्या वाटेनं मुलाण्याच्या वस्तीपासून चार फर्लांगांवर असलेल्या एका ओळखीच्या बागाईतदाराकडे गेले. संशय येऊ नये म्हणून गाडी तिथंच ठेवली. एक-दोन, एक-दोन पोलीस मिळून मुलाण्याच्या वस्तीच्या वरच्या बाजूला असलेल्या टेकावर गेले आणि आडोशाला दबा धरून बसले. काही वेळानं स्वत: कांबळेही आले.

समोर शमसूची वस्ती दिसत होती. कंदिलाचा उजेड दिसत होता. माणसांची थोडी चाहूल आली की, वस्तीला गराडा घालावा, असा कांबळे भाऊसाहेबांचा इरादा होता. अजून काही हालचाल नव्हती. शमसूचा बुड्ढा खोकत होता, तो आवाज तेवढा कानावर येत होता.

हळूहळू रात्र पुढं सरकत होती. बॅटरी किंवा कंदील हातात न घेता कधी सलम्या, तर कधी शमसू सारखे ओढ्याकडे फेऱ्या मारू लागले, तेव्हा म्हातारा गडबडून गेला. आज काही तरी वेगळा प्रकार होता, ह्याचा वास त्याला आला. अखेर न राहून त्यानं चौकशी केली, "काय भानगड हाय रे पोरांनू? तुमचं चित्त काई थाऱ्यावर दिसत न्हाई!"

शमसू म्हणाला, "काई न्हाई, तू गप्प पड आपला!"

"आमाला सांगन्यासारकं न्हाई म्हना की!"

"तू फुका डोस्कं उठवू नकू रं!"

सगळं वातावरण थंड आणि शांत होतं. उभ्या पिकावर चांदणं झिरपत होतं. लांबवर कुत्र्याची भुंक ऐकू येत होती. शमसूची बायको, बुड्ढी, लहान पोरगी गाढ झोपली होती. मध्यान रात्र उलटून गेली.

उघड्या रानात बसून बसून कांबळे साहेब कंटाळले. पिवळा हत्तीचं एक पाकीट

त्यांनी ओढून फस्त केलं. त्यांना वरचेवर जांभया येऊ लागल्या. मुलाण्याच्या वस्तीवर उजेड दिसत होता, पण माणसांची काही चाहूल नव्हती. 'आता इथं थांबायचं तरी किती वेळ?'

जो-जो रात्र वाढू लागली तो-तो कांबळेसाहेब जास्तीच अस्वस्थ होऊ लागले. 'अखेर काय आहे याबद्दल चौकशी करावी, मुलाण्याला चांगला दम भरावा आणि जरूर तर दोन पोलीस वस्तीवर ठेवून आपण परत फिरावं; सगळं आलबेल असल्याची वर्दी बाबासाहेबांना द्यावी आणि घर गाठावं.' अशा विचारानं जाधव हवालदाराला सोबत घेऊन साहेब वस्तीकडे निघाले.

सलम्या आणि शमसू टक्क जागेच होते. खानापुराहून आलेली मंडळी ओढ्यात दबा धरून बसलेली होती. आता देशमुखवाडीची माणसं केव्हाही रात्री-अपरात्री आली असती, तरी घोर नव्हता. आपल्या पाठीशी एवढी माणसं आहेत, हे बघितल्यावर दंगाधोपा करण्याची त्यांची छाती नव्हती. शमसूची माणसं कट्टर होती. जिवाला जीव देणारी होती. "आमचे सर्वांचे मुडदे पडतील शमसू, पण तुझ्या अंगाला बोट नाही लावू देणार!" असा शब्द त्यांनी शमसूला दिला होता.

लांबवर बुटांचा आवाज आला. शमसू चट्कन उठून बसला. डोळे बारीक करून त्यानं बघितलं. हळू आवाजात तो म्हणाला, "सलम्या, देशमुखं आली बरं का!"

सलम्याची छाती धडधडू लागली. त्यानं तारेला टांगलेला कंदील काढून घेतला आणि कापऱ्या आवाजात विचारलं, "इसारा द्याचा का?"

शमसूनं पुन्हा एकवार नीट बघितलं. माणसं वस्तीकडे येतच होती. तो सलम्याला म्हणाला, "हं."

आता काय प्रसंग येणार, म्हणून शमसूचं अंग थंडी भरल्यासारखं लटालटा हलायला लागलं. सलम्या बाहेर गेला. बांधावर उभं राहून त्यानं कंदील डोस्क्याइतका उंच केला. हलवला.

ओढ्याच्या कोरड्या वाळूत खानापूरची मंडळी कंटाळून पसरली होती. बहुतेकांना झोपा लागल्या होत्या. मिठू तेवढा पहारा देत होता. त्यानं इमारतीचा दिवा हलताना बघितला आणि शेजारी झोपलेल्या याकूबला हलवलं. अंगाला विस्तू लागावा तसा याकूब उठून बसला. घाबऱ्याघुबऱ्या म्हणाला, "कोण हाय?"

"इशारा आला, चला."

लगोलग हलवाहलवी झाली. सगळी मंडळी जागी झाली आणि काठ्या, कुऱ्हाडी, गुप्त्या, तरवारी वर करून उभ्या पिकातनं धावत वस्तीकडे निघाली. कुणी

एक जण खच्चून ओरडला, "दीन, दीन, दीन!"

दीन गाजवीत ही मंडळी वस्तीकडे चालली, तेव्हा टेकाआड बसलेले पोलीस खडबडून उठले. बंदुका सुधारून वस्तीकडे धावले. कांबळे फौजदारांनी आडोसा घेऊन पिस्तुल रोखलं. रायफलच्या चापावर बोट ठेवून जाधव हवालदार ओरडला, "खबरदार! पुढे आलात तर गोळ्या घालू!"

पिकातून धावत येणाऱ्या लोकांवर पोलिसांनी बॅटऱ्या टाकल्या, तेव्हा मोटारीच्या दिव्यांना बुजून मेंढरं उभी राहावीत तशी खानापूरची माणसं गर्दी करून जागच्या जागी उभी राहिली.

कांबळे गरजले, "हत्यारं खाली टाका. हात वर करून उभे राहा."

समोर ड्रेसातले फौजदार आणि चार-पाच हत्यारी पोलीस बघून सगळे चकित झाले. शमसूनं कांबळेसाहेबांना ओळखलं. हात जोडून तो म्हणाला, "साहेब, तुम्ही?"

कांबळे संतापानं लाल झाले होते. ते ओरडले, "हे कोण लोक आहेत? चौकशीसाठी आलेल्या पोलिसांवर दीन गाजवत येताहेत! ह्यांना काढण्या लावा हवालदार!"

शमसू थरथर कापत म्हणाला, "साहेब, हे पाव्हणे आहेत माझे."

"पाव्हणे? कशाला बोलावले होते? दंगा पेटवायला?"

"नाही साहेब, तुम्ही इथं खाटल्यावर बसा. मी सांगतो."

"काय सांगतोस? भावाला पाठवून तू त्यांना बोलावून घेतलं होतंस, ते काय माहीत नाही मला?"

कांबळेसाहेबांचा बोजा भारी, तसा आवाजही भारी. ऐकणाऱ्याला इराकतीला व्हावी असा.

शमसूनं बुटासकट साहेबांचे पाय धरले.

"माझं ऐकून घ्या साहेब."

"काय सांगायचं ते कोर्टात सांग आता!"

इतका वेळ सगळं ऐकणारा बुड्ढा लटलट कापत बाहेर आला. साहेबांच्या पाया पडून म्हणाला, "हुजूर, माझी आंधळ्याची काठी हिरावून नेऊ नका!"

बुड्ढी रडायला लागली. शमसूची बायको रडायला लागली. सगळा गोंधळ सुरू झाला. नाना परीनं कांबळेसाहेबांना सगळ्यांनी विनवलं, पण साहेब मागं सरले नाहीत. त्यांनी शमसू, सलम्या ह्यांना धरून नेलंच; पण खानापुराहून आलेले पाहुणेही हत्यारापात्यारासकट धरून तपेलीत खेकडे भरावेत तसे गाडीत भरले.

जाता-जाता शमसू बुड्ढीला म्हणाला, ‘‘काई होनार न्हाई. आमच्या हातानं काई गुन्हा घडलेला न्हाई. तुमी घाबरू नका. त्या हरनाकडं ध्यान द्या. त्याला हराळी, पानी द्या.’’

उजाडेपर्यंत म्हातारीचे डोळे रडून-रडून मुकाट्यासारखे सुजले होते. उजाडलं, कोवळं ऊन पडलं, तेव्हा म्हातारीनं रानात हिंडून कोवळी हराळी उपटून आणली.

‘‘बाबा माज्या, तुज्यामुळे ही आफत आली लेकरांच्यावर माज्या!’’ असं म्हणत ती हरणापाशी गेली, तेव्हा तिच्या लक्षात आलं की, बापडं हरण मरून गेलेलं होतं.

■

३

गावगाडा

बाजरीची ऊन-ऊन भाकरी आणि वांग्याचं तिखटजाळ कालवण जेवून देना विभुते नुकताच भिंताडाला टेकून बिडी पीत बसला होता. भाजलेल्या तोंडाला कडक बिडी बरी वाटत होती. बाहेर चांगला गडद अंधार होता. अंगणात कुणाचीतरी पावलं वाजली. दाराशी बांधलेली शेरडी धडपडून उठली आणि पंचायतीचा शिपाई मार्तंडा गप्पदिशी दारात येऊन उभा राहिला. म्हणाला, "काय चाललंया देनानामा?"

"बसलूय निवान्त. आताच दुकानाकडनं आलू. का रं?"

धोतर सावरून मार्तंडा उंबऱ्यात कुत्रं बसावं तसा बसला. देनाच्या मनात लगेच आलं – 'माजी एक बिडी फुकट खर्ची पडली आता.'

तवर मार्तंडा म्हणालाच, "बिडी तरी टाका एक हिकडं!"

बंडलातली बिडी आणि काड्याची पेटी त्याच्याकडे टाकून देनानं विचारलं, "अंधार करून आलास?"

तोंडातल्या वाऱ्यानं काडी विझू नये, म्हणून आधी न बोलता मार्तंडानं बैजवार बिडी पेटवली. दोन झुरके मारून अर्धा धूर गिळला, अर्धा नाकातनं सोडला आणि मग पेटी पुन्हा देनाकडे टाकली.

त्याच्या एकूण वागण्यावरूनच देनाला शंका आली की, हा काही उगीच विडी ओढायला आलेला नव्हता.

आत बायजा चुलीपुढं खुडबुडत होती. ती गप्प होऊन ऐकू लागली.

देना पुन्हा म्हणाला, "सज आलावता म्हणंनास?"

"न्हाई बा, जेवण झालं का तुमचं?"

"आताच हात धुतलान् बसलूय."

आता मात्र देनामामाचा हडकुळा चेहरा पडला. काहीतरी भानगड आहे, असं त्याच्या मनानं घेतलं.

बाहेर शेळी फडाफड दोनदा शिंकली. मार्तंडा बेतानं म्हणाला, "आत्ताच जेवण झालं म्हनता, मग जरा इसरांती घ्या आन् या देवळाकडं."

"का?"

"बोलावलंय तुमाला. गाव जमनार हाय."

देनामामा हबकला. 'रात्री गावानं देवळाकडं बोलावलंय, म्हणजे काहीतरी जोरकस भानगड आली. आपल्यावर काहीतरी बालंट

आलं. आपण ना कधी कुणाच्या अध्यात, ना मध्यात. म्हालिंग वाण्याच्या दुकानात काम करावं, तो सांगंल तिकडं वाड्यावस्तीवर, खळ्यातळ्यावर जावं, उधारी वसूल करावी. दर शनिवारी छकडा घेऊन तालुक्याला जावं, बाजारचा माल आणून दुकानात भरावा. म्हालिंगाची शेंबडी पोरं सांभाळावी, त्याच्या गाईची उसाभर करावी, त्याच्या घोड्याला खरारा-तोबरा करावा, त्याची लीद काढावी, ह्यात आपला उजाडला दिवस जातोय. गावच्या चौकशा करायला आपल्याला टाइमच नाही. मग हे लचांड का म्हणून आपल्याकडं आलं बरं?' सप्पय भिंतीला टेकून बसला होता, तो देनामामा मघाच पुढं सरकला होता. अटकळ-पाटकळ घालून बसला होता. खाली अंथरलेली विटकी, सुतं निघालेली सतरंजी सारखी करत त्यानं विचारलं, "का रं मार्तंडा, कशापायी बोलवलंय?"

मार्तंडा म्हणाला, "आता घ्या देनामामा! आपली शिपाईगिरी. पानी वत म्हटलं की वतायचं. लोंबतंय काय, म्हणून इचारायचं न्हाई."

"न्हाई, पर तुला काई कानावा लागला असलंच."

"आईशिप्पत न्हाई. सुटली बोला."

"सुटली."

"मी आज गावात न्हवतोच. मासं आनायला गेलोवतो तळ्याला. म्हनलं, एखादी वांब मिळतीया का बगावं; पन काय न्हाई मिळलं. हात हलवत मागारी आलू दिस मावळायच्या टाइमाला. तसा सरपंचांनी आदी मला खिदडला. म्हन्ले, 'भडव्या, दिसभर कुठं मेलावतास?' म्हनलं, 'तळ्याला गेलुतो माशाला' तर म्हनं, 'ढवाळ लागल्यात का?' मी आपला कसनुसा हासलो आन जमिनीवर नदर लावली. तर म्हनाले, 'आज गाव बोलावलंय देवळाम्होरं, त्या देनामामाला सांगू ये, सुक्काळीच्या, हजर हो म्हणून.' मग घरी गेलू, भाकरीतुकडा खाल्ला आन् विडी वडायलाच तुमच्याकडं आलू."

मार्तंडानं हे सगळं बैजवार, चव घेत-घेत सांगितलं आणि "बराय मग, या टाइमावर." असं म्हणून तो पायताणाचे नाल वाजवत अंधारातनं गेलासुद्धा. देनामामाला प्रश्न पडला – 'सरपंच 'सुक्काळीच्या' असं का बरं बोलला आपल्याला?' बायजानं आतनंच काळजीनं विचारलं, "कशाला वं बोलिवलंय देवळाकडं?"

"काई की!"

"निरूप कुनाचा?"

"सरपंचाचा."

"बया, बया!" हे तिचं म्हणणं, 'देवा देवा' असं होतं! एवढं बोलून बायजा गप्पच झाली.

सरपंच पोरग्यालाच, पण चांगला गोल टग्या होता. सगळं गाव आपल्या

चापात राहिलं पाहिजे, अशी त्याची ईर्षा होती. त्याच्या मागं जातीची पोरं, मोठे बापईही होते. ते सगळे त्याचा शब्द फुलासारखे झेलायचे.

देनामामानं विचार कर कर केला; पण आपल्या हातनं चुकी काय झाली, हे त्याला आठवंना.

'काय कुणाला वाईटवकट बोललो का?

'न्हाई.

'कुना पाटीलमंडळीच्या बायामानसास्नी उलटून बोललो का?

'न्हाई.

'उधारी वसूल करायला गेल्यावर कुनाला शिवीगाळी केली का?

'न्हाई.

'मंग काय बरं आगळीक घडली आपल्याकडनं?

'काहीच नाही.'

काही वेळ नि:शब्द गेला. शेळीचं धडपडणं तेवढं ऐकू आलं. बायजानं मोठ्ठा सुस्कारा सोडला आणि कातर आवाजात म्हणाली, "तुमी आपलं जावा आन् गपचिप बसा. कुनी धोंडा फुटंल असं जरी बोललं, तरी तोंड म्हणून उगडायचं न्हाई."

"हूं."

"आपला धंदा ह्यो असला. वसुली वाऱ्याची आन् वाईटपना आपल्याला. काल-परवाच्या दिशी एवढ्यात कदी कुनाकडं वसुलीला गेला हुता का तुमी?"

"वसुलीला व्हय? गेलू हुतो बाळा लिंगड्याच्या वस्तीवर."

"काय बोलाचाली झाली का तितं? बाळ्या लिंगड्या म्हंजे पंचाचा साडूच की!"

देनामामानं सगळं आठवून बघितलं. काय काय घडलं?

आदल्या रात्रीच दुकानाच्या फळ्या लावता-लावताच वाण्यानं सांगितलं होतं, "देना, उद्या दिवस उजाडायला लिंगड्याच्या वस्तीवर जा. सत्तर रुपयं बाकी हाय त्याच्याकडं. ईळभर सावलीसारखा त्याच्या मागं ऱ्हा आन् तो पैशे दील तव्हाच माघारी ये. पायजे तर जेवण-खाण बरूबर घिऊन जा."

लिंगड्याची वस्ती गाव-ओढ्याच्या पलीकडे, चांगली चार फर्लांगांवर होती. झुंजूमुंजू झालं, तसा देनामामा खांद्यावर धोतर टाकून आणि हातात काठी घेऊन वस्तीवर गेला.

एखाद्या नंदीवाल्यावर यावं, तसं लिंगड्याचं झिप्रं कुत्रं भुंकत अंगावर धावून आलं. हातातल्या सोट्यानं त्याला मागं-पुढं अडवत देना नेटानं वस्तीजवळ पोचला. त्यासरशी लिंगड्याची म्हातारी म्हणाली, "आलास का बाबा तू सकाळच्या पारी

तोंड दावायला? बाकी वसूल करायला आला असशील वाण्याची? दिऊ म्हणावं शेंगा इकल्यावर. जा.'' एवढं बोलून हातातल्या डेचक्यातलं खरकटं पाणी तिनं बाहेर फेकलं आणि पाठमोरी होऊन आत गेली.

देना काही बोलला नाही. काठीचा आधार काखंत घेऊन गप्प उभा राहिला. मग दाताला मिस्त्री लावत लिंगड्याचा धाकला भाऊ घरातनं बाहेर आला. देनामामा म्हणाला, ''रामराम हो!'' थुंक टाकून काळ्याभंगार तोंडानं दत्तू बोलला, ''का हुभा ऱ्हायला हायेस रं तू म्हसूबासारखा? आईनं सांगटलं, ते ऐकलं नाहीस का? का बहिराट झालास? तुला बग, ठोकला पायजे एकवार.''

एक नाही, दोन नाही.

बाळ्या लिंगड्या डबडं हातात घेऊन रानाकडनं आला. त्यानं धोतर खोचलं होतं. अंगात मळकट दंडकं होतं. अनवाणी पाय चिखलानं भरले होते.

देना म्हणाला, ''रामराम हो!''

काहीच न बोलता लिंगड्यानं डबडं भिंतीकडंला ठेवून पायांवर पाणी ओतून घेतलं. देनाला बघूनच तो समजायचं ते समजला होता. म्हणाला, ''देन्या, आज तू मागं लागलास, तर टोलं खाशील हां, आदीच सांगून ठिवतो. पैसा काय मिळायचा न्हाई आज.''

देनामामाचं रूप फार मवाळ होतं. मुळात तो चोपल्या अंगाचा, लांबडा होता. चेहरा पोचे पडलेला. दरदरीत नाकाखाली काळ्या-पांढऱ्या मिशांचे आकडे. कपाळाला पांढऱ्या गंधाचा टिळा. गळ्यात पंढरीची माळ, अंगात गोल अंगरखा. खाली अपरं धोतर. पायात काही नाही. हातात काठी. डोळे आणि चेहऱ्यावरचे भाव सदा तारेत असल्यासारखे.

हात जोडून देनामामा म्हणाला, ''पाटील, मला टोलं दिऊन काय फायदा? वाण्याची बाकी द्या, मी आल्यापावली माघारी जातू. माज्या बाचं हाय काय हितं? वाण्याचा गडी मी. वाण्यानं छू म्हटलं, तिकडं पळलो. न्हाई तर माज्या पोटाला काय?''

गाणं म्हणताना मिटावे तसे बोलताना डोळे मिटण्याची देनामामाला खोड होती.

''मग ऱ्हा हुबा, खळ्यात तिवडा रवल्यासारका. माज्या बाचं का जातंय? तूच उपाशी ऱ्हाऊन मरशील.''

लिंगड्या उद्योगाला लागला. हळूहळू दिवस तापला. ऊन लागायला लागलं, तसा देनामामा जांभळीच्या सावलीला जाऊन उभा राहिला. शेंगाच्या रानाकडनं चक्कर मारावी म्हणून लिंगड्या बाहेर पडला, तेव्हा अंतर राखून-राखून देनामामाही त्याच्या मागोमाग हिंडला. कांद्याचं तरू मिळतंय का, हे बघायला लिंगड्या

फर्लांगावर असलेल्या विठू खंडूच्या वस्तीवर गेला, तर सावलीसारखा देनामामा मागं होताच.

लिंगड्या परत येऊन जेवायला बसला. ह्यानं जांभळीखाली उभ्या राहिल्या-राहिल्या खिशातनं आणलेल्या शेंगदाणे-गुळाचा फराळ केला आणि लिंगड्याच्या विहिरीत उतरून ओंजळीनं पाणी प्यायला.

वाण्याचा गडी काळ लागावा तसा आपल्या मागं लागलाय, ह्याची लिंगड्याला फार चीड आली होती.

संध्याकाळ झाली तसा लिंगड्या फार वैतागला आणि आपली एक शेळी दाव्याला लावून तिला ओढत म्हणाला, "हिला म्हालिंग्याच्या दुकानापुढे नेऊन बांधतो. मग तरी तू माझी पाठ सोडशील का?"

देनामामा म्हणाला, "बगा, मालकांनी ऐकलं तर."

अपमानानं भडकून गेलेल्या लिंगड्यानं खरोखरीच शेळी वाण्याच्या दुकानापुढं बांधली. ती शेळी अजून दुकानापुढंच बांधून पडलेली होती. लिंगड्याला दुकानाची थकबाकी देणं अजून जमलं नव्हतं. वाण्याच्या सांगण्यावरनं देनामामानं लिंगड्याची पाठ मात्र सोडली होती.

चांदणं पडलं होतं. देवळापुढच्या वाळूत बरेच लोक जमले होते. काही देवळाच्या जोत्यावर, पायऱ्यांवर बसले होते. खाकरे-खोकरे, हशा, बोलणं चाललं होतं. देनामामा गपचिप बसून होता.

सरपंचांना मागं-पुढं शिवी घालून बोलायची सवय होती. मग कुणाला गुळमट बोलायचं झालं, तरी शिवीचा मसाला त्यात असायचाच.

त्यांनी विचारलं, "देन्या, तू ह्याच गावचा का परगावचा रं?"

देना पडत्या आवाजात म्हणाला, "तुमाला म्हाईत न्हाई व्हय सरपंच?"

"उल्टा बोलू नकोस. व्हय, न्हाई उत्तर दे!"

"बरं. मी परगावचा."

"हितं का आलास आन् ऱ्हायलास?"

"पोटासाठी आलू हिंडत-हिंडत. वाण्याकडं लागलू, ऱ्हायलू."

"मग भडव्या, गोडीगुलाबीनं ऱ्हायचं सोडून तू आमावरच चढायला लागलास व्हय?"

देनामामा पार हबकून गेला. गयावया करून म्हणाला, "मी तुमचं लेकरू पाटील. चुकी झाली असली, तर दोन तोंडात द्या."

ह्यावर बसलेल्या गावकऱ्यांकडे बघून सरपंच म्हणाले, "आयला, कसं पोटात शिराय बगतंय बेनं बगा! देन्या, रामराम कुनी कुनाला घालायचा असतो रं?"

"धाकल्यानं थोरल्याला पाटील."

"तू कुनाकुनाला घालतूस?"

"मी? ज्यो दिसंल म्होरं, त्यो परमेसर!"

"धाकलं-थोरलं म्हंजे वयानं, का असन्यानं रं?"

"वयाला मान असतो पाटील, पर नरदेह हाच थोर आहे."

सरपंच ओरडून म्हणाले, "तू आमाला पोथी शिकवू नकोस देन्या."

"न्हायलं पाटील."

मग कुणीतरी म्हणालं, "तसं आडा-आडानं का इचारताय सरपंच, सरळच इचारा की!"

देनामामाच्या मनात आलं – 'देवा, माझा गुन्हा दुसराच दिसतोय. कोणता तो?'

सरपंचांनी पिवळा हत्ती सिगारेट काढली, ती पेटवली.

देनामामाचा एक रिवाज होता. रस्त्यानं जाताना कोणीही माणूस समोर दिसला की, हात कपाळाकडे नेऊन म्हणायचं, 'रामराम हो!'

मग दिसलेला तो माणूस ओळखीचा असो, नसो. त्याचं लक्ष आपल्याकडे असो, नसो. तो परत रामराम म्हणो, न म्हणो. त्याची फिकीर करायची नाही. तरणा-म्हातारा, लहान-मोठा कोणीही समोर दिसला की, 'रामराम हो!'

काही माणसं रानोमाळातल्या दिवसभराच्या कामानं कंटाळून गेली होती. त्यांना जांभया येत होत्या. हातपाय पसरावे वाटत होते आणि सरपंचांचा कज्जा काही लवकर संपायचं लक्षण दिसत नव्हतं.

एक मोठी जांभई देऊन संकऱ्या न्हावी म्हणाला, "आयला, कट्टूळ आला."

पांडा गवताडे म्हणाला, "सरपंच, चुकी पदरात घाला त्येच्या आन् मिटवा परकरन."

म्हातारा मुलाणा म्हणाला, "किती उकरडा उकरायचा हो? हाय ते सांगून मोकळं व्हा."

जमलेली लोकं कडाकड जांभया देऊ लागली, तरी सरपंच कज्जा शिस्तशीर चालवू लागले. लिंगड्यानं तक्रार केली तेव्हाच त्यांनी ठरवलं होतं, वाण्याच्या गड्याला चांगला हासडायचा एकदा!

"देन्या, रामराम म्हनताना तू लहान-मोठं बगत न्हाईस?"

"न्हाई पाटील. मी समोर ईल त्याला रामराम म्हनतो."

"बायास्नी?"

"न्हाई!"

"पोरास्नी धाकल्या?"

"न्हाई."

"का रं?"

देनामामा गोंधळून गेला. त्याला कारण सांगायला येईना.

"बरं, तू गावाचा रीतीरिवाज पाळनार का न्हाई?"

"गावात ऱ्हायचं, तर धा जनासारकं वागलं पायजे पाटील."

"मग भडव्या, धा जन म्हार लोकास्नी रामराम घालत्यात का?"

देनामामा गप्प झाला. महार लोकास्नी रामराम घालायची पद्धत गावात नव्हती, ही गोष्ट खरी होती; पण हा फरक देनामामा कधी करीत नव्हता. गावकऱ्यांची महारमंडळींशी काही कुरबुर झाल्याचं त्यानं ऐकलं होतं; पण आपल्याला काय त्याचं, म्हणून तो वागत होता.

"मग तू गावाला सोडून वागतोस का न्हाई?"

देनामामा डोळे मिटून गप्पच राहिला.

"ही लोकं पयल्यावाणी कामं करीत न्हाईत गावची, फटकून वागत्यात; आन् तू तेवढा त्येस्नी रामराम करतोस. तुला काय म्हणावं रं?"

देनामामा गप्पच. मग म्हातारा गणपूअप्पा म्हणाला, "देना, चुकी झाली माजी म्हन. मी गावाच्या इरुद जानार न्हाई म्हन आन् हो मोकळा बगू."

देनामामाला आपली कशी चुकी झाली, हे कळंना. 'तोंडानं रामराम म्हणायला काय जातंय? कुणीही म्हणावं, कुणालाही म्हणावं.' लोक कंटाळून गेले होते. रात्र बरीच झाली होती, तरी गावकीच्या ह्या कज्ज्याचा निकाल लागत नव्हता. मग कुणीतरी सूचना केली, "आता डालगा कज्जा आन् पुन्ना उद्या रातच्याला उगडा."

ही आपली फार जुनी पद्धत होती गावची. एखाद्या कज्ज्याचा निकाल अर्धवट राहिला, तर एक कोंबडी, पिल्लं डालण्याचा मोठा डालगा पालथा घालायचा आणि दुसऱ्या दिवशी रात्री पुन्हा उघडायचा. जिथवर चर्चा झाली होती, तिथनं पुन्हा पुढं चालू करायची. निर्गुडीच्या फोकांनी विणलेला, शेणानं सारवलेला एक भलामोठा डालगा ह्या कामासाठी देवळात आढ्याला टांगून ठेवलेलाच होता.

बापू गुरवानं तो काढला आणि देवळाच्या गाभाऱ्यात पालथा टाकला. मंग पिचकाऱ्या टाकत, मोठमोठ्यानं बोलत माणसं घरोघरी गेली. आता दुसऱ्या दिवशी हा डालगा उलटला की, पुन्हा कज्जा सुरू!

चांद मावळला होता. रात्र बरीच झाली होती. झोंबरं वारं सुटलं होतं. देनामामाचं घर गावच्या त्या टोकाला होतं. अंगावरनं धोतराची भाळ मारून गारठल्या अंगानं देनामामा चालला होता. लिंबाच्या गडद शाईसारख्या सावलीतून तो पुढे सरकला.

बोळात शिरला. एका बाजूला पडका वाडा होता, उंच भिंताड होतं. तिकडनं धोंडा पडल्यासारखं कुणी तरी त्याच्या अंगावर पडला.

'मेलो रं देवा' असं ओरडून देनामामा खाली कोसळला. तो बोजा त्याच्या अंगावरनं उठला आणि तोंडावर पडलेल्या देनाला त्यानं वहाणेच्या लाथा घातल्या. मग जडशीळ वहाण हातात काढून घेतली आणि धबाधबा त्याच्या डोक्यावर हाणली. बेदम मुका मार दिला. भीतीनं आणि वेदनेनं देनामामा ओरडत होता, डुक्कर खळीला यावा तसा धुरोळ्यात गुडघेमिठी घेत होता, उलटापालटा होत होता.

मग तो माणूस दाणदाण पळत गेला.

दमगीर झालेला देना गपचिप पडून राहिला. त्यानं डोकं दोन्ही कोपरांत दाबून धरलं होतं. डोळे गच्च मिटले होते. मुटकुळं होऊन पडल्या-पडल्या तो धापा टाकीत होता. धोतर मागं-पुढं ओलं होऊन त्याची पुरी विटंबना झाली होती.

घरात बायजा दिवा ठेवून वाट बघत होती. धडपडत, भेलकांडत देना घरात शिरला, तेव्हा तिच्या काळजानं ठाव सोडला.

"काय झालं वं?" म्हणून तिनं हंबरडा फोडला आणि देनाला धरून खाली बसवलं.

देनानं लहान पोराप्रमाणं तोंडावर हात घेतला आणि रडत-खोकत तो कोंडल्या आवाजात ओरडला, "भडव्यानं मला मारलं गं!"

"कुनी?"

"लिंगड्यानं."

सकाळी-सकाळी म्हालिंगा वाण्यानं अंघोळ करून कपाळावर, दंडावर, छातीवर विभूतीचे पट्टे ओढून दुकानाच्या फळ्या उघडल्या. तागडी, वजनं जवळ घेऊन तो गुळगुळीत पाटावर बसला आणि देनामामा दुकानात आला.

वाण्याला बघितल्यासरशी त्याला रडू आलं. उमाळा आवरून त्यानं झाली हकिगत सांगितली आणि डोळे-नाक धोतरानं पुसत तो म्हणाला, "आता मी ह्या गावात ऱ्हात नाही मालक, जातो कुटं तरी. कुठंही पोटच भरायचं!"

गुडघे वर घेऊन म्हालिंगा मागच्या पाटाला टेकला. बोथऱ्या तोंडातनं वारा सोडत म्हणाला, "कुटं जातोस?"

"जाईन कोण्याबी गावाला. मोलमजुरी करून राहीन. कुटंबी पोट भरीन."

ह्यावर वाणी बेतानं बोलला, "अरं, जाशील तितं गावगंगा हायेच की! त्यातनं सुटका हाय का? पळसाला पान तीनच!" ह्यावर देनानं नुसतं व्याकूळ डोळ्यानं वाण्याकडे बघितलं.

जरा वेळ गप्प राहून वाणी म्हणाला, ''आज रात्री कज्जा सुरू व्हायच्या आत चुकलं माजं म्हणून गावापुढं पदर पसर. तोंडात मारून घे. काय दंड बसंल त्यो भर. ह्याखेरीज मला काई उपाय दिसत न्हाई गड्या.''

देनामामा डोकं धरून क्षणभर बसला. त्याचे डोळे पाण्यानं भरून आले. धरित्रीकडं बघत तो भरल्या गळ्यानं कळवळून बोलला, ''देवा, परमेसरा, सोडव आता!''

वाण्याला जांभई आली. उघड्या तोंडापुढे चुटक्या वाजवून तो चहा-साखरंच्या पुड्या बांधू लागला. आता एवढ्यात गिऱ्हाइकं येणार होती.

■

४

दुष्काळ

गावओढा वाळून खड झाला होताच; पण कधी नव्हे ते घरोघरीचे आडही कोरडे ठणठणीत झाले होते. वाकून पाहिलं, तर आत वाळून वड्या धरलेला काळा गाळ तेवढा दिसे. खडा टाकला की, बदकन आवाज येई आणि डासांचं मोहळ घो करून उठे.

गावातली आणि रानातली झाडंही खराटे झाली होती. पिंपरिणी, पिंपळ, उंबर अशा झाडांच्या हिरव्या डहाळ्यासुद्धा लोकांनी तोडून गुरांना घातल्या होत्या. हिरवा रंगच कुठे दिसत नव्हता.

दिवसभर धोधाट वारा घरांच्या भिंतींवर धडक्या मारी. पिसाळल्या जनावरासारखी त्याची गुरगुर सारखी ऐकू येई. कायधुळी, वावटळी सारख्या गिरगिरत. दिवसा सुम्म ऊन आणि रात्री दाट अंधार!

गावाची रयाच गेली होती. गुरांची ढोपरं वीत-वीत वर आली होती. भकाळ्या गेलेली त्यांची पोटं निर्गुडीच्या फोकांनी गुंफलेल्या कणगुल्यांसारखी सळनळीत दिसत. रंग मळकट झालेले, अंगावर केस वाढलेले, डोळे उदासवाणे. कधी काळी त्यातून पाणी गळलेल्याच्या सुक्या खुणा तशाच राहिलेल्या!

दुष्काळी कामं ठिकठिकाणी चालू होती. मोठ्या सडकेच्या कडेनं शेकडो माणसं खडी फोडून ढीग घालत होती. सामुदायिक विहिरी सुरू होत्या. उपाशीतापाशी पोटानं माणसं धरित्री उकरत होती आणि दगड फोडत होती. वरून उन्हाचा सणका सहन करायचा आणि हातानं खडी फोडायची. बायाबापडे, तरणेताठे, म्हातारे-कोतारे सगळ्यांनाच हे कधी जन्मात ठाऊक नसलेलं काम करावं लागत होतं.

दिवसभर खडी फोडून संध्याकाळी माणसांच्या घोळक्यातून दत्तू सणासणा चालत गावात पोचला. सारं अंग आंबून गेलं होतं आणि पोटात भुकेचा डोंब उसळला होता. गेल्या गेल्या चूळ भरायची आणि तीन जाड्या भाकरी असंल त्या कोरड्यासबरोबर बडवायच्या, ह्या विचारानंच त्याच्या तोंडाला चळ्ळकन पाणी सुटलं होतं.

घरात आल्यासरशी त्यानं धुरोळ्यानं आणि घामानं माखलेलं अंगातलं दंडकं काढून खुंटीला अडकवलं. बाहेरच्या रांजणातलं पाणी घेऊन खळखळून चूळ भरली. थोडं पाणी पायांवर ओतलं. दोन्ही हातांचे तळवे चोळून-पिळून कोरडे केले आणि हात सोग्याला पुसून तो म्हणाला, "आई, भाकरी वाढ गं!"

पोरगं भुकेजून येईल म्हणून म्हातारीनं नुकत्याच चार जाड भाकरी भाजून चुलीला उभ्या करून ठेवल्या होत्या. तव्यात डाळकांदा परतला होता आणि बाहेरच्या ओट्यावर येऊन ती थोडी टेकली होती.

"व्हय रे लेकरा, वाटच बगत होत्ये मी." असं म्हणत ती हातानं जमिनीचा आधार घेऊन उठली आणि चुलीपाशी गेली. लोटा भरून पाणी ठेवलं. फळीवरची थाळी काढून मांडली आणि विझलेल्या चुलीवरच्या तव्यातलं कालवण थाळीत वाढता-वाढता तिच्या ध्यानात आलं, "आं? हितल्या भाकरी रं कुटं गेल्या?"

"काय?"

"चांगल्या चार भाकरी करून ठेवल्या होत्या आत्ता, त्या नाहीशा कुटं झाल्या? चेटूक-बिटूक केलं काय कुणी?"

अवाक् होऊन म्हातारी बघत राहिली आणि तिचं ध्यान अर्धवट ढकललेल्या मागल्या दाराकडं गेलं. कपाळावर हात मारून ती ओरडली, "अरं माज्या कर्मा! म्हपीनं उचलल्या रे भाकरी! तिच्याशिवाय कुनाचं काम न्हाई हे. मुडदा उचलला ह्या कुत्रीचा! हिला रोगडा झाला! कधी नव्हं ते घरात शिरतीय आन् समुर दिसंल ते उचलून पळतीय बग! जरा सावट येत नाही हिचा. बया, असली चोरटी कुत्री कुटं पिर्तिवीत नसंल!"

हे ऐकताच दत्तूला एकदम इतकी चीड आली की, "आयला रे ह्या नशिबाच्या!" म्हणून त्यानं मागल्या दारावर धाडकन लाथ मारली. दार उघडून भिंताडावर आपटलं आणि पुन्हा जागच्या जागी बसलं.

दत्तूचा संताप कसा असतो, हे माहीत असलेल्या म्हातारीचा थरकाप झाला. ती घाबरून ओरडत राहिली, "नकं रं बाबा, नकं नकं!"

पण दत्तूचा राग उसळला होता. त्यानं लाथ मारून पाण्याचा लोटा ठाणकन उडवला. थाळी भिंताडावर भिर्कावून दिली. जळणाच्या मोळीतनं एक वावभर लाकूड ओढून घेतलं आणि पाणी तापवण्यासाठी म्हातारीनं एक रॉकेलचा डबा आणला होता, त्याच्यावर ठाण ठाण दाणके घालून त्या पत्र्याचा मुटका केला. लाकूड मोडून तीन तुकडे झाले.

ते तुकडे, तो चेपलेला डबा सगळं दत्तूनं पाठभिंतीवरून उकिरड्यावर भिरकावलं! म्हातारीला ओरडून फर्मावलं, "पुन्ना चूल पेटव आन् भाकरी कर! भुकंनं मरायला लागलोय मी!"

म्हातारीला रडंच आलं. ती भरल्या गळ्यानं म्हणाली, "माज्या लेकरा, पीठ नाही रं घरात. हुतं त्या सगळ्याच्या भाकरी केल्या."

दत्तू हात नाचवीत, दात-ओठ खात ओरडला, "मग काय खाऊ मी आता? म्हातारे, तुला खाऊ?"

"थांब थोडा, मी बगते कुनाकडं पीठ मिळतंय का ते!"

म्हातारी अंधारात बाहेर पडली. शेजाऱ्यापाजाऱ्यांकडे जाऊन तिनं पीठ मागितलं. पण कोण देणार? सगळ्यांनी धुडकावून लावली, तेव्हा म्हातारी म्हालिंगा वाण्याच्या दुकानात गेली आणि रुपया मोडून ओटीत शेंगदाणे आणि फुटाणे घेऊन आली.

दरम्यान, दत्तूनं चुलीवरचा तवा उतरून सगळी भाजी चाटून-पुसून खाल्ली होती. तांब्याभर पाणीही ढोसलं होतं. त्याच्या पोटाचा एक कोपराही माखला नव्हता. म्हातारी येताच तिनं दुरडी घेऊन त्यात शेंगदाणे आणि फुटाणे ओतले आणि मुकाट्यानं दत्तूपुढं नेऊन ठेवले. हिरव्या वैरणीवर जनावर तुटून पडावं, तसा दत्तू त्या मेव्यावर तुटून पडला.

म्हातारीला पोराचा राग चांगला माहीत होता. मुळातच दत्तूचे डोळे तांबारलेले होते. बारीक लाल-लाल शिरांचं जाळं त्याच्या घाऱ्या डोळ्यांत होतं. रागावला म्हणजे हे डोळे इंगळासारखे फुलत. कपाळावरची शीर उभी राही. आवाजाच्या फाटून चिंध्या होत. अंगापिंडानं दांडगा असलेला दत्तू संतापला म्हणजे फुसांडणाऱ्या नागासारखा दिसे. बघणाऱ्याच्या काळजाचा ठाव सुटे.

तांबारलेल्या डोळ्यांनी कुठेतरी बघत दत्तूनं ते सगळे चांबट फुटाणे आणि कच्चे शेंगदाणे खाल्ले. तोंडाला तांब्या लावून पाणी ढोसलं आणि काही न बोलता छाटण अंगात घालून जाड वहाणांचे नाल वाजवीत तो बाहेर पडला.

वेशीतल्या लिंबाच्या पारावर अंधारातच गावातली तरणी पोरं बसली होती. आयला-मायला म्हणत गोष्टी करीत होती. खिदळत-खोकाळत होती. दत्तू आल्याबरोबर एक जण म्हणाला, "दत्तू काय रं मोऱ्याचा?"

दत्तू म्हणाला, "व्हय."

"वासावरनंच वोळखलं मी. बसा! जेवण झालं का?"

दत्तू अजून रागातच होता.

"कशाचं जेवण मर्दा? म्हातारीनं भाकरी केलेल्या म्हपीनं पळिवल्या!"

"आयला, ही कुत्री लई सवकलीये चोरायला. गेल्या बुधवारी आमच्या आईनं पिठाचं टोपलं खाली ठेवलं होतं, ते पहाटंच्याला कवाडात शिरून सगळं खाल्लं हिनं."

"ए लेका, पिठाचं काय सांगूतस? आमच्या घरात शिरून तिनं पायलीभर भुईमुगाच्या शेंगा खाल्ल्या कडाकडा फोडून – फोलकटं, दाणं समदंच!"

"आयला, मायंदाळ खोडील कुत्री हाय ही! ती कवा पाळत ठिवती आन् कवा काय उचलून जाती, ह्येचा पत्त्याच लागत नाही मानसाला. आन् मारायला अजिबात घावत न्हाई, इतकी चपळाई तिच्या अंगात हाय. कितीबी नेम धरून तुम्ही धोंडा हाणा, ही हमखास चुकिवणार!"

"आन् समजा, एखांद्या वक्ती टोला लागला जोरकस, तरी हूं का चूं करीत नाही! दुसरी कुत्री बगा, खडा फेकून मारला तरी आई गेल्यावाणी केकाटत्यात!"

"कुनाची हाय ही पाळलेली?"

"पाळलेली न्हाईच; मी बगतोय तशी उंडगीच हाय ती!"

"असं कसं? नाव कसं पडलं म्हपी हे?"

"अरं, असंच कुनीतरी तुज्या-माज्यासारख्यानं दिलं. शर्त गड्या आपली, कुनाची पाळलेली असली, तरी धा रुपये मोजीन."

"मर्दा, गावात एक घर असं न्हाई की, जितं ह्या कुत्रीनं चोरी केलेली न्हाई. मायाप्पा धनगराच्या वस्तीवर जाऊन त्येच्या मेंढीचं नुकतंच जलमलेलं कोकरू हिनं खाल्लंय कातड्यासगट! त्या बायजाच्या गोठ्यात शिरून खुराड्यातली कोंबडीची अंडी तर कैकदा खाल्ली! टरफलसुद्धा शिलकीला ठेवलं न्हाई!"

"दुष्काळ आला असा चोरीचाच धंदा धरलाय हिनं."

"बायली, इतकं जर हाय, तर मारू या का एकवार धोंडाळून?"

"घावत न्हाई मर्दा ती! अट्टल फरारी असतो ना, तशी औलाद हाय ही! एका जागी निवान्त बसलेली अशी मी तरी कंदी तिला बघितलेली न्हाई."

"काय लांडगा हाय का वाघबिघ हाय न घावायला? मारू या की धोंडाळून! व्हय रं दत्तू?"

दत्तूचं साधं बोलणंसुद्धा रागावल्यासारखं. आतातर तो खरंच रागावलेला. एकवार तोंड बाजूला करून थुंकला आणि निग्रहानं म्हणाला, "गड्यानू, मी तर इरंलाच पडलोय. आज ह्या कुत्रीनं मला अन् म्हातारीला उपास घडवलाय. तिचा जीव घीन, तरच माजं मन शांत हुईल. खंडुबा शप्पत!"

"कुत्री तुला घावायची न्हाई मर्दा दत्तू. मायाप्पा धनगराची पोर आठुडाभर झटपटत हुती. थोडा शक आला रं आला की, कुत्री गावात दिसंनासीच हुती. आज या वस्तीवर, तर उद्या लिंबुड्याला. ततनं चोपडीला, चोपडीस्नं बलवडीला अशी बारा गावं हिंडती ती!"

दत्तू म्हणाला, "बरं, बगू या!"

गावओढ्याला लागून लिंगडे मंडळींची एक आळीच्या आळी गेली काही वर्षं ओस पडलेली होती. ह्या ना त्या कारणानं लिंगडे मुंबईकडे, धुळ्याकडे, मूर्तिजापुराकडे कामाधामानिमित्त पांगले होते आणि तिकडेच स्थायिक झाले होते. इकडं त्यांची घरं हळूहळू पडली होती. दारं, वासे लोकांनी काढून नेले होते. भिंती पडल्या होत्या. माळवदं खचली होती. बाभळी-बोराटीची झुडपं, गवत घराघरांतून माजलं होतं.

पाऊसपाणी आलं म्हणजे कुंभाराची गाढवं ह्या पडकानं आसरा घेत. एरवी कुठं मुंगसं होती, कुठं घुशी होत्या. ह्या पडकातल्या एखाद्या आडोशाला म्हपी कधीमधी

दिसते, हे दत्तूला माहीत होतं.

दुसऱ्या दिवशी दिवस उजाडायच्या वेळेला डहाळे तोडायची कुऱ्हाड हातात घेऊन तो बाहेर पडला आणि रस्त्याच्या दोन्ही बाजूला पडकी घरं असलेल्या लिंगड्याच्या आळीतून हात पाठीमागं घेऊन उगीच हिंडत राहिला. त्याची बारीक नजर मात्र पडका-पडकातून हिंडत होती. काने-कोपरे, मातीचे ढिगारे, उकीर, डबरी – कुत्री दृष्टीला पडली नाही.

मग दत्तू एक-एक घर जवळ जाऊन नीट बघू लागला. मग त्याच्या मनात येऊ लागलं, 'उगीच धुंडतोय. कुत्री आज ह्या जागी आलेलीच नसावी. कदाचित पडक्या गावकुसाकडं, गावाच्या अगदी टोकाला ती असेल; नाहीतर काळ्या रानात डबरं उकरून बसली असेल. हितं असती, तर नजरंतून चुकली नसती.

पडक्या घराच्या भिंताडावरून दत्तू निसमाळ्या चालला होता आणि भसकन जंगलात जनावर उठावं तशी म्हपी पडकातनं बाहेर पडली आणि शेपूट आवरून सुसाट पळाली. दत्तूने डहाळे कुऱ्हाड फेकून मारली; पण मध्येच तरवडाचं एक झुडुप आड आलं. ते विस्तार तुटून दोन वाव उडून पडलं आणि म्हपी बचावली. झुडुप मधी आलं नसतं, तर तिचे पाय नक्कीच खापलले गेले असते. म्हपी तशी दिसायला दांडगी नव्हती. उगीच ठेंगणी, ठुसकी, तांबूस रंगाची आणि बुटक्या पायांची. गावठी जात; पण चोरट्यापाशी असते ती सगळी हुशारी तिच्यापाशी होती.

सदैव सावध असणारी म्हपी कुत्री पुढं गावात दिसेनाशी झाली. कुणी म्हणे, ती चार मैलांवर चोपडी गावी दिसली. कुणी म्हणे, सात मैलांवर असलेल्या वाटंबरे गावच्या नदीत दिसली. रोज गावात कुणा ना कुणाच्या घरी चोरी व्हायची, ती काही दिवस झाली नाही.

सगळी पोरं पारावर जमली म्हणजे दत्तूला म्हणत, ''दत्तू, म्हपी तुझ्यापक्षी हुशार निघाली. आता तुजा राग निवंस्तर ती तुज्या नजरेला पडतच नाही बग.''

दत्तू म्हणे, ''कळंल एखाद्या दिवशी तुमाला.''

''मला तर वाटतंय, तुज्या भीतीनं तिनं गावच्च सोडलंय.''

''अरं, कशाची सोडतीय मर्दा! काल म्हालिंगा वाण्याची गुळाची ढेप केवढी कातरलीय कुत्रीनं!''

''दुकानात शिरून?''

''न्हाई, मुंगळं लई झालं म्हणून घटकाभर परसदारी ठेवली होती ढेप. तेवढ्यात कुणाच्या कुत्र्यानं काटा काढला.''

''एवढी चलाखी गावात इतर कुना कुत्र्यापाशी न्हाई हां! हे काम म्हपीचंच!''

''न्हवं, कुनी पाहिली का तिला ढेप खाताना?''

''कुनी न्हाई. पन परसदारी सारवलेलं होतं वलं, त्यावरले पाय सांगत हुते कुत्रं

येऊन गेलं.''

"थो तुमच्या! म्हंजे म्हपी गावातच फरारी हाय म्हणा की!''

"आयला, अशी बाजिंदी कुत्री आपन तरी कंदी बघटली नव्हती बाबा!''

आठ-पंधरा दिवस गेले. दुष्काळी कामं सुरूच होती. लोकांची दैना चालूच होती. गावातली बरीच गुरंढोरं दिसेनाशी झाली होती. लोक पाणी-पाणी करत होते. अनेक जण गाव सोडून जगायला परमुलखी गेले होते.

एका टळटळीत दुपारी बकरं घेऊन यावं तशी म्हपी कुत्रीला खांद्यावर टाकून दत्तू घेऊन आला. तिचं तोंड चऱ्हाटानं बांधलेलं होतं. मागचे-पुढचे दोन्ही पाय बांधले होते. ओढ्याकाठच्या मोठ्या थोरल्या वडाच्या सावलीत दत्तू आला आणि वैरणीचा मोदळा टाकावा तशी कुत्री त्यानं जमिनीवर टाकली. दमगीर होऊन तो धुरोळ्यानं भरलेले पाय झाडत बसला.

म्हपीला हलायला येतच नव्हतं. डोळे कपाळात चढवून ती पडल्या जागी वळवळत होती. मग दत्तूनं बरोबर आणलेला नव्या कासऱ्याचा चांगला सरकफास तयार केला. वडाच्या डहाळीवर टाकला. कासऱ्याचं दुसरं टोक मुळीला जाम बांधलं. फास तयार झाला.

गावात कशी कुणाला बातमी लागली, कुणास ठाऊक. घारवंडं जमा व्हावीत तशी दहा-वीस पोरं जमा झाली. आता पुढे दत्तू काय करतोय, म्हणून सावलीला येऊन उभी राहिली. काही मांड्या घालून बसली. दत्तूचे डोळे इंगळासारखे फुलले होते. काय करतोय रं दत्तू, असं विचारायचीही कुणाची छाती झाली नाही. पोरं गपचिप होती. मोठी माणसं कुणी नव्हती. सगळी आपापल्या उद्योगाला गेली होती. म्हातारी-कोतारी होती ती आपापल्या विवंचनेत होती.

तीनतीनदा ओढून दत्तूनं फास नीट सरकतोय का, हे बघितलं. कुत्री उचलून फासापाशी आणली. तिच्या गळ्यात फास घातला. पक्का केला नाही. मग मुंडक्यावर पाय देऊन कुत्रीचे मागले-पुढले पाय सोडले. कुत्री तडफडायला लागली. मुळीला बांधलेलं कासऱ्याचं दुसरं टोक दत्तूनं ओढून एका हाताला गुंडाळलं. कुत्रीच्या तोंडाचं चऱ्हाट चलाखीनं सोडलं. काही पोरं धक्क्यानं उठून उभी राहिली आणि दत्तूनं चलाखीनं कासऱ्याचं दुसरं टोक दोन्ही हातांनी ओढून जमिनीपासून कुत्रीला वर शेंदली.

कुत्रीनं घशातनं भयाण आवाज काढले. अधांतरी तडफडाट केला. मान कापलेलं कोंबडं फडफडतं, तशी ती काही वेळ फडफडली.

एक पोरगं ताडकन उठून उभं राहिलं आणि ठो-ठो बोंबलत गावाकडं धावलं. हा भीषण प्रकार बघून त्याला धोतरात मुतायला झालं होतं. आचके देत-देत कुत्री गप्प झाली. तिची जीभ तोंडाबाहेर लोंबली. डोळे बाहेर आले. अंग सैल पडलं.

नुसता हाडंमास भरलेलं भोत राहिलं.

बाजूला तोंड करून दत्तू एकवार जोरानं थुंकला. हातातला कासरा त्यानं सोडून दिला. धप्पदिशी कुत्री धुरोळ्यात पडली. कासरा मेलेल्या सापासारखा पडला. दत्तूनं तिच्या गळ्यातला फास काढून नवा कासरा नीट गुंडाळला आणि घरी नेण्यासाठी बाजूला ठेवून दिला.

इतका वेळ लांब उभा राहून एक फासेपारधी बघत होता. तो घाबरत-घाबरत पुढे झाला आणि वाकून रामराम घालून कुत्रीकडं बोट दाखवत म्हणाला, "पाटील, ही गोष्ट मला गरिबाला द्येचाल?"

तांबारलेल्या डोळ्यानं दत्तूनं त्याच्याकडे काही क्षण एकटक बघितलं.

"कशाला रं?"

"माझ्या कामाला येतंय हे पाटील."

पोरं अवाक् होऊन ऐकत होती.

"काय नाव तुझं?"

"मेदवाऱ्या." गावाच्या उत्तर दिशेला हात दाखवत मेदवाऱ्यानं खुलासा केला. "ह्या माळाला उतरलोय आजच."

"ने जा, जा!"

अंगात मळकं काळं जाकीट आणि खाली लंगोटी नेसलेला पारधी चलाखीनं पुढं आला. खिशातनं दोरी काढून त्यानं कुत्रीच्या एका पायाला बांधली. दत्तूला रामराम घालून पाठ फिरवली. तो कुत्रीचं मढं ओढत नेऊ लागला. धुरोळ्यातनं फरकाटा उठू लागला. धुरोळा उडत राहिला.

उघड्या माळावर मेलेली कुत्री टाकून मेदवाऱ्यानं जवळच गिधाडं धरण्याचे फास लावले. आभाळावर काळे ठिपके कधी दिसतात म्हणून लांबवर नजर लावून तो बांधाआड दडून बसला.

कोंबडीसारखं चवदार लागणारं गिधाडाचं मांस आज त्याला मिरची-कांदा घालून तव्यावर परतायचं होतं. आपण भरपेट खाऊन, पोराबाळांना खाऊ घालायचं होतं.

मेदवाऱ्याच्या तोंडाला चळकन पाणी सुटलं. घुटका घेऊन तो आभाळाकडे बघत राहिला.

■

५ परका

आषाढाच्या महिन्यात आमच्या वाडीवरचे आभाळ सदोदित भरलेले असते. मावळतीकडून वारा सारखा भरारत राहतो. पावसाने काठोकाठ भरलेल्या ढगांचे कळप हाकून वाडीवर आणतो. जोगावलेल्या मेंढरांच्या कळपासारखा ढगांचा कळप वाऱ्याच्या भीतीने सारखा दौडत राहतो. कधीकधी रानात मेंढरे बसावीत तसा हा कळप वाडीवर बसतो. चांगला पाऊस गळतो. वाडीतल्या पंचवीसभर झोपड्या भिजून चिंब होतात. गढूळ पाण्याचे पाट वाहतात. म्हाताऱ्याकोताऱ्यांना हीव भरते. जनावरे अंगे आखडून गप्प उभी राहतात. आम्हाला मात्र पावसाची मजा वाटते.

वाडीच्या चोहो अंगाला असलेले माळरान ह्या दिवसांत हिरवेगार होते. पाण्याची डबकी जागोजागी साठतात. बेडक्या ओरडू लागतात. वाडीपासून लांब असलेल्या ओहोळाचा आवाज घरात ऐकायला येतो.

आमची वाडी थोडी खोलात आहे. अगदी जवळ आल्याशिवाय परक्या माणसाला वाडी दिसतच नाही.

आषाढाच्या महिन्यात चुकारीचा उंट वाडीला आला, तेव्हा त्यालासुद्धा वाडी लांबून दिसली नसेल. त्याने वाडी बघण्याअगोदर आम्हीच त्याला बघितला.

उभे वारे सुटले होते. आभाळात ढग पळत होते. अधूनमधून पावसाची भुरुभुरुसर येत होती. शाळेला सुट्टी होती. दुपारचं जेवून आम्ही उगवतीला टेकावर गेलो होतो आणि सूरफाटी खेळत होतो. एवढ्यात लांबून येणारा उंट आम्हाला दिसला.

वयाने आणि अंगानेही आम्हा सर्वांत थोर असलेल्या निळूने त्याला प्रथम बघितला. आम्ही टेकावर होतो. लांबवर उंच झाडेझुडे नव्हती, त्यामुळे फार लांबून येणारा उंट निळूला स्पष्ट दिसला. खेळता-खेळताच निळू गप्पदिशी जागच्या जागी उभा राहिला. त्याची नजर लांबवर होती. जरा वेळ टक लावून बघितल्यावर तो ओरडला, "लेका, काय येतंय रे ते?"

"कुठं काय?"

एक हात उंच करून केरू म्हणाला, "ते ते...."

"कुणीकडं?"

"ह्या रुईच्या झुडुपावरनं नीट पुढं बघा. कुरणाकडनं वाट आलीया ना, या वाटंवर!"

आम्ही सगळे जण बारीक डोळ्यांनी बघू लागलो. कुरणाकडून येणाऱ्या पायवाटेने एक पिवळे जनावर येत होते.

"होय रे होय! काय आहे? लांडगा?"

पारू मामीचा दामू एकदम भ्यालाच. दोन्ही कोपरांनी कान दाबून तो रडत म्हणाला, "मामी गं, मला भीती वाटती!"

दामू आईला 'मामी'च म्हणतो.

खरेतर आम्हा सगळ्यांनाच भीती वाटली, पण दोन्ही मांड्यांत हात दाबून आम्ही दामूला हसलो.

निळू म्हणाला, "भिऊ नकोस दामू, लांडगा नाही."

दामूने रडतच विचारले, "मग काय?"

जनावर फार लांब होते. त्यामुळे निळूला काही निश्चित सांगता येत नव्हते. तो गप्पच राहिला. वाकून-वाकून बारीक नजरेने बघू लागला.

निळू काही बोलला नाही. मलासुद्धा भीती वाटली. मागल्या मागे पळून घर गाठावे, असे वाटले; पण काही साधेच जनावर असले, तर मागून सगळी पोरे चिडवतील, म्हणून मी पळालो नाही. दोन्ही हातांनी अंगरख्याचा गळा घट्ट धरून जागच्या जागी उभा राहिलो.

दामू सारखा 'मामी गं, मामी गं' म्हणून ओरडत होता, रडत होता. मग मोडक्या हाताचा शंकर दामूची बाही ओढून म्हणाला, "साल्या गप की! तुला कोण खातंय काय?"

शंकरचा उजवा हात झाडावरून पडल्यामुळे मोडलेला होता. त्याच्या तोंडावर देवीचे वण होते आणि एक डोळा पांढरा होता. आपल्यापेक्षा लहान पोरांचे हात पिरगळून त्यांच्या पाठीत गुच्ची हाणण्याची त्याला खोड होती.

गुच्ची बसणार, म्हणून दामू खाली वाकला आणि रडू येऊ नये म्हणून त्याने तोंड दाबून धरले.

मी हळूच निळूपाशी जाऊन उभा राहिलो. निळू अजून बघतच होता. हिरव्या रानातून वाडीकडे येणाऱ्या तांबड्या पायवाटेवर पिवळे जनावर दिसत होते.

मग निळू ओरडून म्हणाला, "अरे, उंट रे उंट!"

शंकर न बघताच म्हणाला, "उंट? आयला!"

आणि त्याने डोक्याची टोपी काढून उंच फेकली. पळत जाऊन झेलली. मग आम्हालाही उंटच दिसू लागला; लांडगा नव्हे. दुसरे-तिसरे काही नव्हे, उंटच. उंच मानेने इकडे-तिकडे बघत, फताड्या पायांनी वाट कातरत उंटच वाडीकडे येत होता. त्याच्या पाठीवर स्वार नव्हता. मागेही कोणी राखणदार नव्हता. एकटाच उंट वाडीकडे येत होता.

मग मात्र भीती जाऊन आम्हा सगळ्यांना मजा वाटली. आता काय बरे करावे? पळत जाऊन गप्पकन पकडावे का ह्या उंटाला? का इथं येईपर्यंत थांबावे?

दामूच्या हाताला धरून त्याला ओढत-ओढत शंकर निळूपाशी येऊन उभा राहिला. एका डोळ्याने उंटाकडे बघत म्हणाला, ''दाम्या, उंट बघ!''

पारू मामीच्या दामूने जन्मात कधी उंट बघितला नव्हता. आम्ही तरी कुठे बघितला होता! भूगोलाच्या पुस्तकात चित्र होते – वाळवंटातील जहाज; तेवढाच उंट आम्ही बघितलेला. चकित होऊन आम्ही हा खरा उंट बघत राहिलो.

तो हळूहळू आमच्याकडे येत होता. त्याच्या पाठीवरचे टेंगूळ आम्हाला आता स्पष्ट दिसत होते.

गावात उंट आला होता आणि मोठे माणूस कोणी नव्हते. सारे रानामाळात कामधंद्याला गेले होते. चार-दोन म्हातारीकोतारी टाळकी फक्त गावात होती. निळू म्हणाला, ''चुकून आलाय वाटतं. सर्कशीतला आहे काय, कुणाला ठाऊक!''

'अरेच्या! मी एकदा तालुक्याच्या गावाला सर्कस बघितली होती की! सर्कशीतला असला तर मजाच! त्याला खेळ येत असणार. तो गोल-गोल रिंगण धरून पळेल. पळता-पळता गिरकी घेईल. बस म्हणताच, नमाज पढल्यासारखा गुडघ्यावर बसेल. मग आम्ही सगळी मुले त्याच्या पाठीवर बसू आणि डकाव-डकाव करीत गावातून हिंडू. घराच्या माळवदावर पडलेली विट्टी काढू.'

''उंटऽ उंटऽऽ'' म्हणून मी आरोळ्या ठोकल्या. जागच्या जागी उड्या मारल्या.

एकडोळ्या शंकरने तोंडात चार बोटे घालून सणसणीत शिटी घातली. निळू मात्र गप्प होता.

माझे ऐकून इतर पोरेही 'उंटऽ उंट' म्हणून नाचू लागली, तेव्हा निळूने दटावले, ''ये गपा की! बुजवू नका त्याला. उधळला म्हणजे तुमच्या बापाला तरी सापडलं का?''

सगळी पोरं गप्प राहिली. शंकऱ्यासुद्धा. 'इतक्या जवळ, आपणहून चालत येणारा सर्कशीतला उंट उधळून नाहीसा झाला म्हणजे संपलंच की!' बरं झालं, गावातली कुत्री रानात गेली होती. नाहीतर त्यांनी भुंकून-भुंकून उंटाला रानोमाळ पळवलं असतं.

उंट अगदी जवळ आला; उंचच्या उंच. उगीच वर बघत आला आणि समोर आम्ही दिसताच वाटेवर गप्प उभा राहिला. आता?

आम्हीही जागच्या जागी उभे राहिलो. श्वास रोखून बघत राहिलो. जरा हालचाल केली, तर हा उंट हरणासारखा बुजेल आणि धूम पळून जाईल, असे आम्हाला वाटत होते. उंटाला काय वाटत होते, कोण जाणे! तो आपला भूगोलातल्या चित्रासारखा उभा होता.

मग निळू हळूच जागचा हलला. तोंडाने 'टॉ टॉ' करीत, दोन्ही हातांची ओंजळ पुढे धरून तो उंटाच्या समोर जाऊ लागला.

माझी छाती धडधडायला लागली. मोठ्याने ओरडून निळूला थांब म्हणावे, असे फार वाटले; पण ओरडायचे नव्हते. उंट बुजला असता.

निळू पुढे-पुढे चालत होता. उंट वर बघत गप्प उभा होता. निळू अगदी चार वाव गेला, तरी उंट पळाला नाही. निळू थोड्या अंतरावरच उभा राहिला आणि त्याने आमच्याकडे वळून बघितले.

मग आम्हीसुद्धा पाय न वाजविता हळूहळू चालू लागलो. शंकऱ्या लेकाचा तोंडाने सनई वाजवीत होता आणि छातीवर ताशा बडवत होता. दामूने माझ्या सदऱ्याचे मागले पाखे धरले होते. माझ्याआडून तो उंटाकडे हळूच बघत होता.

आम्ही सगळे जण निळूपाशी जाऊन उभे राहिलो, तरी उंट हलला नाही. आम्हाला फार आनंद झाला. उंट उंचच्या उंच होता! त्याचे डोळे आम्हाला दिसतच नव्हते. गळ्याची घाटी तेवढी दिसत होती. घोड्याच्या जवळ गेल्यावर येतो तसला लिदीचा वास उंटाला येत होता.

मला वाटले, माळावर दगडाची उंच लगोरी रचल्यासारखा हा उंट मीच हाताने रचला आहे. धक्का लागला तर हा ढासळेल.

मी हळूच बोललो, ''शंकर, जवळ कशाला जातोस? मागे सर!''

एकडोळ्या शंकर म्हणाला, ''का, तुझ्या बापाचा आहे काय उंट?''

आणि तो आणखी पुढे सरला. मला वाटले, हा आता उंट मोडून टाकणार. ''शंकर!''

निळूने माझ्यावर डोळे वटारले.

''शुक! बोलून घाण करू नका!''

आणि एकदम वाडीच्या दिशेला वळून त्याने उंटाला 'ये ये' असा इशारा केला. आपण पुढे चालू लागला. सर्कशीत शिकून तयार झालेला उंट फताडाक, फताडाक करीत त्याच्या मागोमाग जाऊ लागला.

आम्ही सगळे उंटाच्या मागे मिरवणूक चालल्यासारखे चालू लागलो. दामूला सारखे हसू येत होते. गाव आले तेव्हा, ''मी मामीला सांगतो'' असे म्हणत डोक्यावरची टोपी दाबून तो पुढे पळालासुद्धा.

मारुतीच्या देवळापुढे असलेल्या पटांगणात जाऊन निळू उभा राहिला. सगळ्या गावाकडे उंचीवरून बघत उंटही उभा राहिला. आता उंटाला काहीतरी खायला देणे जरूर होते. पण काय द्यावे, हे कुणाला सुचेना. उंटाचे खाणे आम्हाला कुठे माहीत होते?

निळूने मला सांगितले, ''जा, आमच्या घरी जाऊन शेंगा मागून आण ओटाभर.'' उंटाला सोडून मला जायचे नव्हते, पण गेलो.

सदऱ्याच्या ओट्यात भुईमुगाच्या शेंगा घेऊन आलो. माझा ओटा आपल्या ओट्यात ओतून घेऊन निळूने तो उंटापुढे धरला. म्हटले, ''घे, घे!''

उंटाने नको म्हणून मान नाही हलविली; पण आपली लांडी शेपटी तो सारखा हलवीत होता आणि टकामका इकडे-तिकडे पाहत होता. त्याच्याकडे बघून-बघून आमच्या माना अवघडत होत्या. देवळावर चढून बघितले असते, तरी उंटाचे तोंड आम्हाला नीट दिसले नसते. कारण आमचे देऊळही बुटकेच होते. बुटकी घरे असलेल्या गावात देऊळच उंच कसे असेल?

निळूने ओटा पुढे केला, तेव्हा उराळ करून ठेवलेल्या बैलगाडीचे जू खाली यावे तशी उंटाची मान खाली आली. त्याचे नाक, लोंबते ओठ, मोठे दात आणि गरीब डोळे आमच्यासमोर आले. तो आता शेंगा खाणार म्हणून आम्हाला फार आनंद झाला. निळूने ओटा उंचावला. टाचा उचलल्या, पण उंटाने नुसता वास घेऊन शेंगा सोडल्या. आम्हाला फार वाईट वाटले.

गावातील सगळी माणसे देवळापुढे जमली. आम्हाला वाटले, उंट आता आमच्या हातून गेला! सगळ्या अंगाला ओढायच्या तंबाखूचा वास असणारा राणुबा आला आणि निळूला म्हणाला, "निळ्या, शेंगा खायला ते काय माकड आहे काय रे? पाला आण जा पिंपरणीचा."

माळावर बसलेल्या वाडीत भलीमोठी पिंपरणसुद्धा जवळपास नव्हती.

दामूची मामी म्हणाली, "अरे रांडिच्यानू, कुरणातनं आला जणू उंट चुकून. सवंस्थान खालसा झालं. कुराणात सोडलेलं राजाचं उंट वनवाशी झालं. अरे, हा सर्कशीतला नाही बरं का, राजाचा उंट आहे. कळपातून चुकून आला इकडं!"

राजाचा उंट म्हटल्यावर सर्वांनाच फार जबाबदारी वाटू लागली. आता ह्याचे काय करावे, म्हणून सगळे काळजीत पडले. पण उंट आम्हाला सापडला होता. आम्ही का त्याला सोडावे? मोठ्या माणसांनी त्याची काळजी का करावी?

मामीने आगाऊपणा करून आपल्या शेरडासाठी आणलेला उंबराचा डहाळा घरातून आणला आणि उंटापुढे उंच धरला, पण उंटाने तोंडसुद्धा लावले नाही.

सदोदित गुडघे दुखतात म्हणून गावात विव्हळत राहणारा सखाराम शाकावळे उंटाकडे मागून-पुढून पाहत होता. त्याला जनावरांची पारख होती. मग तो म्हणाला, "तुम्ही काही म्हणा, हे जनावर आजारी आहे. डोळे बघा, तोंडातून येणारा फेस बघा! आखाडातल्या वाऱ्यापावसानं आखडून गेलंय जनावर. आधीच पोटानं म्हातारं झालंय, त्यात लांबनं चालत आलंय. मेलंबिलं हितं, तर चौकशी होईल सरकारकडून. कशाला सांभाळता पिडा? लावा हाकून! जाईल तिकडं जाईल!"

मला अगदी रडायला आले. मी निळूचा सदरा धरून म्हणालो, "निळू, चल आपला उंट घेऊन!"

निळूने ओंजळ पुढे करून उंटाला मागे ये, अशी खूण केली. गावची पर्वा न करता आम्ही उंट घेऊन रानात गेलो. माळ ओलांडल्यावर पार पलीकडे उंबराचे

हिरवेगार झाड होते. त्याखाली नेऊन आम्ही उंटाला उभे केले, पण त्याने पाला खाल्लाच नाही. मग आम्ही बांधाचे कोवळे गवत काढून भाराच्या भारा त्याच्यापुढे टाकला, पण उंटाला काही खायचेच नव्हते.

निदान त्याने पाणी तरी प्यावे म्हणून आम्ही लांबच्या ओहळावर गेलो. वाळूत स्वच्छ झरा होता. गढूळ पाणी उपसून टाकले आणि निवळशंख पाणी उंटाला दाखवले, पण उंट पाणीही प्यायला नाही.

पावसाची सर आली. उंटाचे अंग भिजू लागले. निळू म्हणाला, ''चला, पळा! ह्याला निवाऱ्याला ठेवला पाहिजे.''

उंट पुढे आणि आम्ही मागे असे पळत-पळत गावात आलो. आम्हाला कुणाच्या तरी घरात उंटाला ठेवायचे होते, पण वाडीतील सगळी घरे बुटकी होती. माझ्या घरात उंट मावत नव्हता. निळूच्या घरात मावत नव्हता. देवळात मावत नव्हता. उंटाला कुठेच निवारा नव्हता.

मेंढरांना, शेरडांना, कोंबड्यांना, कुत्र्यांना आडोसा होता. माणसांना आडोसा होता, पण उंटाला नव्हता. कारण तो सर्वांत जास्त मोठा, उंच होता. अचानक बाहेरून परका आलेला होता.

आम्ही हवालदिल झालो. मला वाटले की, उंटाला घडी करून घरात घ्यावे आणि कुणाला न सांगता पांघरुणात झोपवावे.

बापडा उंट पावसात भिज-भिज भिजला. ह्या झोपडीत तोंड घाल, त्या छपरात शिरून बघ असे त्याने वारंवार केले आणि शेवटी रागाने खुळा होऊन तो गावाबाहेर पडला. आम्ही सगळे मागे गेलो.

लांब माळावर उंट उभा राहिला. त्याच्या अंगावरून पाणी ओघळू लागले. पाय राडीने भरले. निवाऱ्यासाठी, ऊबेसाठी चारी अंगाला खुळ्यासारखे बघत तो उभा राहिला आणि आम्ही त्याच्याकडे बघत उभे राहिलो.

पावसाची भुरभुर थांबली. संध्याकाळ झाली. अंधार पडायला लागला. उंटाची उंच मान अंधारात दिसेनाशी झाली. आम्ही बघतच होतो.

मग एकाएकी उंटाने पुढच्या पायाचे गुडघे मोडले. पावसाच्या माऱ्याने, छप्पर खाली भुईला बसावे तसा त्याचा भलामोठा देह खाली आला. मान लांब करून त्याने भुईवर टाकली. त्याचे तोंड आमच्या पायाशी आले. उंटाने टक लावून आमच्याकडे बघितले आणि डोळे मिटले.

निळू म्हणाला, ''मेला!''

मला मोठ्याने रडू आले. बाकीची पोरेही मुसमुसून रडू लागली. घराकडे येताना निळू म्हणाला, ''आपल्या गावाचा काही उपयोग नाही. आग लावा ह्या गावाला!''

६

पकुर्ड्या

शिवेशेजारी पोचलो, तेव्हा चांगलंच अंधारून आलं होतं. तिसऱ्या प्रहरापासून आतापर्यंत पकुर्ड्यांच्या मागं रानोमाळ हिंडून पाय भेंडाळले होते. दार खाऊ का घर खाऊ, अशी जोरकस भूक लागली होती. बरोबर दोघं-तिघं होते. बापू रामोशाच्या पाठीशी माझी बंदूक होती. काडतुसाची पिशवी आणि पाण्याची बाटली संतू लोहार वागवीत होता आणि दस्तगीर मुलाणी आपला उगीच शिकारीतलं काहीतरी रात्रीच्या सालन्यासाठी मिळेल म्हणून आला होता. त्याच्या हातात माझी मोठी बॅटरी होती.

घर जवळ आले तसा मी म्हणालो, "बापू, तुम्ही व्हा मळ्याकडं! मी घरी जाऊन जेवून येतोच."

माझा मुक्काम तसा मळ्यातल्या पडळीवरच होता. जेवणखाण्यापुरतं गावातलं घर. एरवी गाशा पडळीवरच. सोबतीला बापू असायचा. मळा अगदी गावाला लागूनच होता. बापू थोडा घुटमळला. म्हणाला, "आनी 'वस्तू'चं काय करायचं?"

वस्तू म्हणजे काही विशेष नव्हतं. आज फक्त चार पाखरं मिळाली होती. पकुर्ड्या मिळाल्या असत्या, तर मुलाण्याला मी सांगितलं असतं की, झकास कोरड्यास आणि बाजरीच्या भाकऱ्या तुझ्याच घरी बनव. मी जेवायला येतो, घरी काही थाप मारून. मुलाण्यानं केलेलं तिखटजाळ कालवण भाकरी कांद्याच्या फोडीबरोबर खाऊन मी तोंड पोळवलं असतं, पण पाखरं हे काही आता अपूर्वाईचं खाणं राहिलं नव्हतं.

खाकी शर्टाच्या टोपणवाल्या खिशातून एक रुपयाची घामेजलेली नोट काढून ती बापूकडे देऊन मी म्हणालो, "तुम्ही सौदा, तेल आणा; करा आणि जेवा. मी काही आता तुमच्यात नाही. श्रावण महिना आहे. म्हणून घरी म्हातारी रोज एक गोड पदार्थ करते आणि मी रोज तुमच्याबरोबर जेवतोय. खरं नाही असं रोज-रोज."

एवढं बोलून मी एकटाच अंधारातून घराकडे सटकलो.

बामणाचा यंकट रामोशांबरोबर रानमाळात हिंडतो, बंदुकीनं शिकार करतो आणि श्रावण महिन्यातसुद्धा मटण खातो, ही गोष्ट आता गावात घरोघरी माहीत झाली होती. आईच्या कानी ती गेल्याशिवाय कशी राहील? पण पुण्या-मुंबईकडे नोकरीधंद्यापाठीमागं परदेशी झालेलं पोर! कधी चार-दोन वर्षांतून, दोन-तीन वारांची रजा काढून आपल्या जन्मगावी येतं. त्याला कशाला 'अमुक कर, तमुक

करू नको' म्हणायचं, म्हणून ती सगळं कळून न कळल्यासारखं दाखवत होती. रोज संध्याकाळी माझं जेवण बाहेरच होत होतं, तरी काही बोलत नव्हती. माझं मलाच वाटत होतं की, हे बरोबर नाही. घरातल्या मुलाबाळांसमवेत, थोरल्या भावाच्या पंक्तीला बसून संध्याकाळी एकदातरी जेवलं पाहिजे.

बूट-मोजे काढून टाकले. उबलेले, घामेजलेले पाय आडावर जाऊन धुतले आणि माजघरात गेलो.

आई चुलीपुढे जाळाच्या तांबड्याभडक उजेडात बसली होती. कंदिलाभोवती पोरं खेळत होती.

पाट मांडून घेऊन मी बसलो. तशी आई म्हणाली, ''या, झाली शिकार?''

अलीकडे आईचे सगळे दात पडून गेले होते. बोलणं थोडं बोबडं यायचं. सदान्‌कदा प्रसन्न हसत बोलायची तिची सवयच होती. त्यात तोंडात दात नसल्यामुळे ते हसणं लहान बाळासारखं निरागस वाटायचं.

मी म्हणालो, ''हो, फार हिंडलो आज. पार बुध्याळच्या तळ्याकडं जाऊन आलो.''

''अगं बाई! जवळ का रे आहे तळं? मग बैलगाडी तरी न्यायचीस आपली. आता बाप्याकडनं पाय रगडून घे तेल लावून चांगले रात्री.''

मग पोरांनी गिल्ला करून विचारलं, ''पण काका, आज शिकार काय केलीत?''

''काही नाही रे मिळालं.''

''ससा?''

''छे!''

''पकुड्या?''

''छे!''

''मग रिकामेच आलात?''

''तसा रिकामा नाही. चौगुल्याच्या मळ्यात पारवे मिळाले.''

''किती?''

''अर्धा डझन.''

आई म्हणाली, ''पुष्कळ झाले. अर्धा रामोसवाडा जेवेल. त्यांना कालवण नाही फार लागत. एका हिरव्या मिरचीबरोबर एक भाकरी खातात ते. तुझा बापू तर शिकार म्हटली की, नुसत्या वासाबरोबर दोन भाकरी खातो!''

पोरांनी विचारलं, ''आजी, श्रावण पाळत नाहीत का गं रामोशी?''

''पाळतात तर! पण आता हा आलाय म्हटल्यावर करतात तेवढं पाप. गरीब रामोशी आहेत आपल्या गावचे. त्यांना कुठे मिळती रानची शिकार खायला? अरे, पोरवडा केवढा वाढलाय त्यांचा! हातावर पोट! रोजगार मिळाला तर चूल पेटायची,

नाही तर नाही. कसला श्रावण आणि कसला उपास?''

एवढं बोलणं होतंय तोवर मागल्या दाराकडून कोणाचीतरी हाक आली, ''वयनी, वयनी दार उघडा!''

''कोण आहे?''

''मी, बजा.''

मग आई म्हणाली, ''अरे, उघडा रे दार! माझी मैत्रीण आली वाटतं. व्यंकटेशा, अरे, मी तुला सांगायचं विसरले. चार वेळा येऊन गेली म्हातारी; तुझी-तिची भेट नाही.''

दार उघडताच म्हातारी बजा पाटलीण हातात काठी घेऊन आली. थकली होती पार. अंगावर तांबडं इरकली लुगडं, हातात गोठ-पाटल्या, कपाळभर कुंकू. तोच ओळखीचा खणखणीत, कानडी हेल.

मी म्हणालो, ''बसा मावशी. कशा आहात?''

बायजा मावशीनं हातातला कंदील खाली ठेवला. काठी ठेवली. डोक्यावरला पदर सावरला. लखलखीत हसऱ्या चेहऱ्यानं पुढे होऊन माझ्या दोन्ही गालांवर हात फिरवून अलाबला घेतला आणि आपल्या कानशिलावर बोटं मोडली.

''किती वर्सांनी नजरंला पडला. हाये का वळक मावशीची?''

गोष्ट खरी होती. पुष्कळ वर्षांनी ती मला पाहत होती, पण तिचं-माझं नातंच असं होतं की, मी ते कधीच विसरू नये.

''थकला का हो मावशी?''

''बाबा माज्या आनि किती दिस तरनं ऱ्हायचं रे? झालं की! नातवंडं, पतवंडं बघतली. काय बघायचं हाय आता आनि जगून?''

''पाटील कसे आहेत?''

''पडलेत बाबा धरणीवर. मी म्हनाले, यंकट आलेत मुंबईस्नं. तर म्हने, अगं, त्याला च्याला बोलीव. लई वर्सं झाली मला बगून.''

''येतो उद्या सकाळी. कशानं आजारी आहेत पाटील? त्यांची तर तब्येत खणखणीत होती.''

''होती की वं! गेल्या वर्सापासून रानामाळात काम करीत होते. पन खोकल्यानं पार खंगले बगा ह्या साली. शऱ्यार वाळून कोळ झालंय. हिंडणं-फिरणं काई ऱ्हाई आता. घर बरं, आपण बरं असं हाय.''

''मग काही उपचार नाही का केले? खोकला हा काय आजार आहे का मावशी आता?''

मग आईच म्हणाली, ''अरे, पुष्कळ औषध, उपचार झाले बघ! मिरजेच्या दवाखान्यातसुद्धा नेऊन आणलं; पण कसला खोकला मागं लागलाय, तो काही

हटत नाही.'' असं काहीबाही बोलणं झालं. मग मावशी म्हणाली, ''बराय! करा आता जेवनपानी. सकाळी या हं!''

''येतो.'' म्हणून मी दाराबाहेर घालवायला गेलो. काळोख होता. आमच्या घरामागेच, रस्त्यापलीकडे असलेल्या पाटलाच्या भल्यामोठ्या वाड्यातला उजेड दिसत होता. मावशी पाठमोरी होऊन अंधारात दिसेनाशी झाली. कंदिलाचा ठिपका तेवढा हलत राहिला.

बायजा – मावशी कसली, माझी दुसरी आईच होती! तिचं दूध पिऊनच मी वाढलो होतो. ही हकिगत आईच्या तोंडून मी वारंवार ऐकली होती. आईला कधीकधी माझं बाळपण सांगण्याची लहर येई. बघता-बघता ती भूतकाळात शिरे आणि एखादं स्त्री-गीत गावं तशा आवाजात म्हणे, ''ही बायजा बघ तेव्हा चांगली रोहिल्यासारखी धष्टपुष्ट होती. मोठ्या बापाची लेक आणि पडलेलीही मोठ्या घरी. मांसमच्छराचं खाणं खाऊन चांगली पोसलेली होती ती! माझी फार जिवाभावाची मैत्रीण. तू माझ्या पोटात होतास, तेव्हा तिचा तुळशीरामही तिच्या पोटात होता. बरोबरीचे आहात तुम्ही दोघं. तू चैत्रातला, तोही चैत्रातला. तू मंगळवारी जन्मलास आणि तो तुळशीराम गुरुवारी, एवढाच फरक. पुढे मी पडले आजारी. तुला दूध मिळेना. तेव्हा काही बाबा, तुमची आताची ही डब्याची दुधं नव्हती. माझी छाती आटली आणि हिला अगदी अपरंपार दूध येऊ लागलं. तो तुळशीराम एका बाजूला लावला की तेवढं पिऊनच त्याचं पोट भरायचं. मग ही दिवसातून तिन्ही-चारी वेळा येऊन तुला भरपूर पाजून जायची. वर्सं-दीड वर्सं तुला पाजत होती ही पाटलाची बायजा. तुला जन्म मी दिला, पण वाढलाहेस तिच्या दुधावर. म्हणून असा बांड झाला आहेस. शिकार करतोस, रानं वेधतोस, मांसमच्छर खातोस. हे सगळं तिच्या दुधातनं आलंय. नाही तर माझी इतर पोरं बघ! बंदूक हातात तरी धरली का कधी कुणी? तू आडनावानं कुळकर्णी आणि वागणुकीनं पाटील आहेस पाटील!''

आईच्या तोंडून ही हकिगत मी अनेक वेळा ऐकलेली होती.

बोलविल्याप्रमाणे सकाळी मी पाटलाच्या वाड्यात गेलो. अंगणातच गुराढोरांचा बारदाना होता. वैरण रचलेली होती. कोंबड्या हिंडत होत्या. चौकाभोवतालच्या भिंतींची बरीच पडझड झालेली होती. पाटलाचा वाडा आता जुनापुराणा दिसत होता. सोप्यातल्या बैठकीवर मी थोडा वेळ टेकलो.

तुळशीराम पाटलाच्या बायकोनं केलेले बशीभर पोहे खाल्ले. चहा प्यायलो आणि सुपारी, लवंग तोंडात धरून आतल्या खोलीत गेलो. खोली अंधारी होती. जुन्या काळच्या भल्यामोठ्या लाकडी पलंगावर, मऊ अंथरुणावर पाटील बसलेले होते. बरेच आजारी असावेत.

खोल आवाजात त्यांनी चौकशी केली. नोकरी, मुलंबाळं, घरदार. मी उत्तरं दिली. आपल्या भल्या उंच आवाजानं गाव दणाणून टाकणाऱ्या पाटलांची ती दशा पाहून मला वाईट वाटलं. मावशी बाहेर गेली. आम्ही दोघंच खोलीत उरलो. मी विचारलं, "पाटील, पार अंग टाकलंत तुमी. का बरं असं?"

"अरे, वरीसभर ह्यो खोकला मानगुटी बसलाय, दुसरं काई न्हाई. मस्त औशिदपानी केलं, पर गुन न्हाई."

चार गोष्टी बोलून झाल्यावर पाटील म्हणाले, "अरे, शिकार करतोस ना? मला दोन पकुर्ड्या दे की मारून. लई वर्सं झाली खाऊन."

"देईन की! त्यात काही मोठी मामलत आहे पाटील? आधीच सांगावा पाठवला असता, तर केव्हाच दिल्या असत्या. कालचा दिवस सुना गेला, नाहीतर रोज दहा-बारा पकुर्ड्या मिळतात."

ह्यावर पाटील हळू आवाजात म्हणाले, "अरे, सरावन म्हईना हा, त्यात माझ्या गळ्यात माळ. तुझी मावशी मला बाटू दियाची न्हाई. कसा सांगावा पाठवायचा? तू आपला गपचिप मार आन् तुळशीरामाच्या बायकोपाशी आनून दे. ती चोरून करंल आन् घालंल मला."

आजारी माणूस म्हटल्यावर काय खाण्याची वासना होईल, हे सांगता येत नाही. त्यात पकुर्डी हे पाखरू अपूर्वाईचं. त्याचं मांस चवदार. कधी काळी पाटलांनी शिकार केलेली, खाल्लेली असणार; पण अलीकडे बरीच वर्षं त्यांनी पंढरीची माळ घातलेली होती. खाणं-पिणं सोडलेलं होतं.

मावशी आत आली आणि बोलणं तेवढ्यावरच थांबलं. मी निरोप घेऊन बाहेर पडलो. मनोमनी निश्चय केला की, आज तिसऱ्या प्रहरी रानोमाळ हिंडायचं आणि चांगल्या डझनभर पकुर्ड्या मारून गुपचूप कुणाकरवीतरी वाड्यावर पाठवायच्या. पाटलांचा हा आजार साधासुधा नसावा. लंग कॅन्सरचा मला उगीचच संशय आला. पाटील आता गेल्यात जमा आहेत, असा उदास विचार मनात रेंगाळत राहिला.

तिसऱ्या प्रहरी दिवस कलल्यावर मी बापूला म्हणालो, "बापू, आज काहीही करून पकुर्ड्या मारल्या पाहिजेत. काडतुसं किती राहिलीत छऱ्याची?"

बापूजवळ हिशोब तयारच होता.

"तात्या, तुम्ही आला तेव्हा पंचवीसचं डबडं होतं. आज पाक उडालंय. फकस्त सा छरे ऱ्हायलेत."

"रग्गड झाले. सहा छऱ्यांत सहा पकुर्ड्या पडायच्या नाहीत का?"

बापूची काळजी वेगळी होती. फटाके उडावेत तशी ही सहाही काडतुसं उडवली असती आज, तर पुढचे चार दिवस त्याला घरात बसून काढावे लागणार होते. काडतुसं पुन्हा आणण्यासाठी थेट पुणंच गाठायला पाहिजे होतं. तेवढ्यासाठी

दोनशे मैल जाऊन कोण परत येणार? आणि काडतुसं नाहीत, मग बापूला घेऊन मी रानात तरी कशाला जातोय?

बापू म्हणाला, "ही वस्तू काय आपल्या शेतात तयार होणारी हाय का? आपल्या अख्ख्या मुलखात दुकानबी न्हाई इकत आनाल तर! अजून जान्याला चार रोज हायेत. तवा माजं म्हननं हे की, पुरवून-पुरवून वापरू या. आज फकस्त दोन बार काढू."

"बरं, तसं करू, पण दोन बारांत पकुर्ड्या मिळाल्या पाहिजेत."

"बगू या खटपट करून. दिसल्या रानात, तर मग मेल्याच."

पोशाख चढवून मी बाहेर पडलो. खांद्यावर बंदूक लटकावून बापू मागोमाग चालू लागला. लावण्यराज श्रावण बहरला होता. वैराण भूमीसुद्धा श्रावणात हिरवीगार असते. रानात पिकं होती. आभाळात ढग होते. उन्हाचा कडाका नव्हता. छान वारा होता. गाव मागं टाकून आम्ही उघड्या माळावर आलो. पकुर्ड्यांचा शोध घेऊ लागलो.

पकुर्ड्या हा शिकाऱ्यांचा आवडता पक्षी आहे. कबुतराच्या आकाराचा, पिवळसर, फिक्कट किरमिजी रंगाचा. काळे ठिपके, पट्टे असलेला. आखूड पायांमुळे ह्याला झाडावर बसताच येत नाही. जमिनीवरचाच पक्षी आहे हा; विशेषत: माळरानावरचा. तांबडट जमिनीवर आठ-बारांचा थवा बसला, तरी बिलकूल पत्ता लागत नाही. पावलांचा आवाज आला की, पकुर्ड्या जमिनीशी मुरून बसतात. त्यांच्या एवढ्या-एवढ्या माना तेवढ्या उभ्या दिसतात. भल्याभल्यांना मुरलेल्या पकुर्ड्या दिसत नाहीत. डोळे तयारच पाहिजेत.

माझे डोळे तयार होते. बापूचे माझ्यापेक्षा जास्ती तयार होते.

कान टवकारून, बारीक नजरेनं रान चाळीत आम्ही माळावरून हिंडत होतो. हे रान पकुर्ड्यांचंच होतं. कोणत्याही क्षणी भुर्रकन आठ-बारांचा थवा उडणार होता आणि 'कुट-रोऽ, कुट-रोऽ' असा सारखा आवाज काढीत आभाळात चढणार होता. ही जात झाडावर जशी दिसत नाही, तशी जमिनीवर असली, तर कधीही आवाज करीत नाही. आवाज करायचा तो उडाल्यावर, तोही सतत!

हिरव्या माळावर पांढरी गुरं जागोजागी चरत होती. काळी मेंढरं हिंडत होती. पठाणी होले जागोजाग फडफडून उडत होते, पण ह्या नेहमीच्या रानात आज पकुर्ड्या मात्र अजिबात दिसत नव्हत्या. जणू त्यांनी आपलं नेहमीचं ठिकाण सोडून दूरदेशी स्थलांतर केलेलं होतं.

हिंडून-हिंडून मी कंटाळलो. दिवस कलला.

"बापू, गेले आठ-बारा दिवस आपण ह्याच माळावर आवाज काढतोय, त्यानं पाखरं बुजली म्हणावी काय रे! इतकं हिंडलो, आज एकसुद्धा पकुर्डी नाही दिसली?"

"तात्या, मीबी घोटाळ्यात पडलुया. आजचा दिवसच वाईट लागलाय. बरं, आता घटकाभर बसा. पान खा, मग पुन्हा बघू. त्या तालीत पानी हाये तिकडं, तर हमखास पकुर्डी दिसंल."

बापूची ही नेहमीची ट्रीक होती. शिकार मिळाली नाही म्हणजे माणूस कातावतो आणि कसाही बार टाकतो. नेम चुकतो म्हणून अशा वेळी बापू नेहमीच मला पान खाण्यासाठी पंधरा मिनिटं बसायला लावी. कारण तेवढ्या वेळात चित्त स्थिर होतं. शिकारी ताळ्यावर येतो. त्याचं अवधान ढळत नाही.

पान, सुपारी, कात, चुना, तंबाखू हे सगळं जवळच्या पिशवीत बोटं बुडवून बापूनं मला एकामागोमाग दिलं. पान रंगेपर्यंत तोंड मिटून आम्ही रानात बसलो. मग पिचकाऱ्या टाकल्या. वीसएक मिनिटं ह्यात गेली. बंदूक उचलून बापू म्हणाला, "हां, आता चल."

पुन्हा काही पायपीट. दगडगोट्यांचा माळ. हे रान, ते रान. एकाएकी नालीतल्या गढूळ पाण्याशेजारी चार पकुर्ड्या लांबून दिसल्या. मी दबलो. झाडंझुडुपं मागं करीत करीत जवळ जाऊ लागलो. मग मध्येच काय झालं, कोण जाणे, फर्रकन चारी पकुर्ड्या उडाल्या आणि आरडाओरडा करीत पार दूरवर गेल्या. त्यांचा आवाज ऐकू येईनासा झाला. बारीक काळे ठिपके तेवढे निळ्या आभाळात दिसत राहिले आणि जराशानं तेही नाहीसे झाले.

पाठोपाठ तरी कसं जावं? त्या जमिनीवर उतरल्या कुठं, तेच कळलं नाही. दिवस मावळला. पश्चिम दिशा लालीलाल झाली. गुरंवासरं गावच्या दिशेनं परतू लागली.

"आता रे बापू?"

"आता माघारी फिरायचं. उद्या बगू. पार तिकडं डोंगर-खडीकडे जाऊ. जात्यात कुठं पकुर्ड्या? हितं न्हाई तर चार कोसांवर घावतील."

रात्री जेवणवेळेच्या थोडं आधी बायजामावशी पुन्हा कंदील घेऊन घरी आली. मला एकट्यालाच बाहेर बोलावून म्हणाली, "यंकटराव, माजं एक काम करा की!"

"काय हो मावशी?"

खासगी आवाज काढून मावशीनं सांगितलं, "एवढी शिकार करता, चार-दोन पकुर्ड्या आणून द्या मला. बोलू नका कुनापाशी. पन पाटलास्नी फार चव आहे पकुर्ड्यांची. सरावन हाय, गळ्यात माळ हाय; पन मी म्हटलं असू दे, खाऊ देत. तेवढीच तोंडाला चव येईल. तुमी आनून द्या. मी माज्या हातानं करून घालेन तेस्नी. मग कोण काय म्हणंल ते म्हणू दे तिकडं!"

मी गप्प झालो. हळूच विचारलं, "पाटलास्नी चालंल का पण मावशी,

श्रावणात मटण खाणं?''

"पकुर्डी म्हणल्यावर एकादस असली तरी खातील. लई आवडीची वस्तू हाय त्यांच्या. मला माहीत हाये.''

"ते तसं म्हणाले का तुमच्याजवळ?''

"न्हाई वं, माझ्याच मनात आलं. कशी बोलू म्हनलं आन् गप्प ऱ्हायले. पन मग इचार केला बघा, आता कशाचा सरावन आन् कशाची माळ. धरणीवर पडल्यालं मानूस! त्याच्या जिवाला जेवढं सुख होईल तेवढं बगावं!''

बायजामावशीनं डोळ्याला पदर लावला. आपल्या कपाळी आता कुंकू फार काळ राहणार नाही, हे तिला मनोमनी कळलं असावं. मलाही गलबलून आलं. माणूस किती साध्यासुध्या गोष्टींची अपेक्षा करतो आणि हे जीवन इतकं आडमुठं आहे की, त्याच्या ह्या लहानसहान इच्छासुद्धा ते पुऱ्या होऊ देत नाही.

माझा मुक्काम आता संपत आला होता. रजा संपली होती. नोकरीवर हजर राहणं प्राप्त होतं. तरी उरलेल्या तीन दिवसांत वाटेल ती खटपट करून पाटलांची इच्छा मला पुरी करायची होती.

घरात येताच मला आईनं विचारलं, "काय रे म्हणत होती म्हातारी?''

"पाटलांना पकुर्डी खायची आहे.''

"दे रे मग तिला. आपल्या गावात बंदूक नाही. कुणी शिकार करणारं नाही. तू गेलास म्हणजे त्यांची इच्छा पुरवणारं कोणी नाही बघ! आता फार दिवस जगायचा नाही आकाराम पाटील.''

माझ्यापुढं धर्मसंकटच उभं राहिलं.

पुढचे तिन्ही दिवस सकाळ-संध्याकाळ मी गावाभोवतालचा सगळा माळ पायाखाली घातला. तीन वेळा पकुर्ड्या दिसल्या, पण त्यांनी मला टप्प्यात येऊ दिलं नाही. तिसऱ्या खेपेला मी दूरवरच्या, उडून चाललेल्या पकुर्ड्यांवर बार घातले, ते वाया गेले. मग जाण्याच्या आदल्या दिवशी संध्याकाळी मी फार डेस्परेट झालो. अगदी दिवस मावळायच्या सुमारास चार पकुर्ड्या डोक्यावरून उडताना त्यांच्यावर उरलेली तिन्ही काडतुसं खर्ची टाकली. पकुर्डी पडली नाहीच.

शिकारीत हा अनुभव नवा नाही, पण तो पहिल्यांदाच यावा इतका मी नर्व्हस झालो.

सुरेख सकाळ आहे, बैलगाडी धुरोळा उडवीत सांगोला स्टेशनच्या रस्त्याने चाललेली आहे. सभोवार माळरानं, हिरवी शेतं पसरलेली आहेत. दोन्ही बावखडांना धरून मी अंग सावरत गाडीत बसलो आहे. मला स्टेशनवर पोचविण्यासाठी आलेला बापू शेजारी बसलेला आहे. माझी बंदूक त्याच्या हातात आहे.

एकाएकी अस्पष्ट असा आवाज येतो.

"कुट्-रोऽ कुट्-रोऽऽ"

आम्ही दोघंही कान टवकारतो आणि पश्चिम बाजूकडून पकुड्यांचा एक खूप मोठा थवा उडत येतो. आवाज मोठा-मोठा होतो. धोंडा फेकला, तर लागेल एवढ्या उंचीवरून, अगदी आमच्यासमोरून थवा आडवा जातो आणि पुढे डाव्या बाजूच्या रानात पडतो.

आमची गाडी अगदी जवळून जाते. एकही पकुर्डी उडत नाही. माना वर करून सगळा थवा बघत असतो. इतक्या जवळ की, आम्ही पाखरून् पाखरू मोजू शकतो. माझ्या मनात येतं, 'एखादंतरी काडतूस शिल्लक ठेवायला पाहिजे होतं.'

ह्या घोळक्यात सहा नंबरचा छरा टाकला असता, तर पाच-सात पकुड्या सहज पडल्या असत्या.

मी काहीच बोलत नाही; फक्त बापूकडे बघतो.

गाडी चार कासरं दूर गेल्यावर बापू मला हळूच म्हणतो, "मालक, पुन्य कुणाचं उणं म्हणावं? पाटलाचं, पाटलीनीचं का तुमचं?"

मी म्हणतो, "बापू, आता पान खाऊ या. काढ तुझी पिशवी!"

■

७

अहमद शाबाजी

माझ्या एका हितचिंतकाने अगदी काल-परवा माझ्याकडे अभिलेख अधीक्षक, कोल्हापूर अभिलेख कार्यालय, यांच्याकडून एक सत्य प्रत पाठविली आहे – 'कोल्हापूर इलाख्यात एकोणीसशे बेचाळीसच्या चळवळीत सरकारविरोधी कारवाई आणि विध्वंसक कृत्याबद्दल ज्यांच्यावर पकड वॉरंट्स काढण्यात आली होती, त्या राजकीय गुन्हेगार मंडळींची यादी.' हे ह्या कागदाचं नाव आहे. भूमिगत (पकडवॉरंट असलेले) म्हणून खाली जी त्रेचाळीस लोकांची यादी दिलेली आहे, तीत पहिले नाव कोल्हापूर जिल्ह्यातील एका ज्येष्ठ नेत्याचे आहे. तिसरे नाव अहमद शाबाजी मुल्ला असे आहे आणि एकविसावे नाव व्यंकटेश दिगंबर माडगूळकर असे. कागदाच्या शेवटी 'ह्या सर्वांवरील पकड वॉरंट्स परत घेण्यात येऊन सर्वांची (सार्वत्रिक) मुक्तता करण्यात आली आहे.'

२४-५-४६

सही (इंग्रजी)
प्राइम मिनिस्टर
सरकार, करवीर.

असा मजकूर आहे.

त्रेचाळीस साली शिक्षण, घरदार सोडून मी चळवळीत दाखल झालो आणि आपले गाव सोडून कोल्हापूरला आलो. कोल्हापुरातील चळवळीचे नेते 'अण्णा' यांची-माझी पहिल्यांदा भेट कशी झाली, काय बोलणे झाले, ते मला आठवते. असेही आठवते की, माझी ही प्रथम भेट कोल्हापूरला न होता औंधच्या खादी विद्यालयातील दुसऱ्या मजल्यावर रात्री आठच्या सुमाराला झाली. मी खादी विद्यालयात येऊन राहिलो होतो, त्याला सहाएक दिवस झाले होते. नाना धर्माधिकारी खादी विद्यालयाचे संचालक होते. विद्यालयात आश्रमासारखी चोख शिस्त होती. प्रत्येक जेवणाआधीच आपल्याला दूध किती औंस लागेल, भाकरी किती लागेल, हे सांगावे लागे. जेवण झाल्यावर स्वत:ची थाळी-वाटी स्वच्छ घासून ठेवण्याचे कामही करावे लागे. एके दिवशी रात्री कोणीतरी मला हाक मारली आणि 'माझ्या मागोमाग या' असे सांगून विद्यालयाचा जिना चढला.

अंधाऱ्या खोलीत शिरलो. कंदिलाच्या उजेडात पालथी मांडी घालून एक व्यक्ती बसलेली होती. काही लिहिणे चालू होते. मी नमस्कार केला. डोक्यावर भरपूर काळे केस. हनुवटीवर थोडीशी

दाढी वाढलेली. पुष्ट देह, गोरा रंग, अंगात अर्ध्या बाह्यांचा पांढरा शर्ट, खाली तलम धोतर अशी ही मूर्ती पाहताच, ज्यांना सगळे कार्यकर्ते 'अण्णा' म्हणून ओळखत, ते हेच, एवढे मला कळले.

माझ्याकडे बघून ते म्हणाले, "बसा!"

मी बसलो.

"कसं आहे तुमचं? काही अडचण नाही ना?"

"नाही."

अण्णांचा आवाज मऊ. मुळीच धार, कडा नसलेला होता आणि अगदी खालच्या पट्टीत ते बोलत होते.

मला एकदम त्यांनी विचारले, "बाबा, आज डोक्याला तेल लावलं नाही का? कोरडे दिसतात केस!"

(बाबा म्हणून लहान मुलांना संबोधायचे, ही खास कोल्हापुरी पद्धत आहे.)

खादी विद्यालयात राहून मी रोज स्थितप्रज्ञाची लक्षणे म्हणतात ती ऐकत होतो. गंभीर चेहऱ्याने वावरणारी माणसे बघत होतो. त्यात केसांना तेल वगैरे लावण्याचे चोचले करण्याऐवजी मुंडण करावे किंवा जटाधारी व्हावे, असेच वाटणार; पण हा अगदी साधा, मायेचा प्रश्न विचारताच मला बरे वाटले. एक-अष्टमांश कागदाच्या तुकड्यावर बारीक आणि सुंदर वळण असलेल्या अक्षरांतील जेवढ्याच्या तेवढे सांगणारी अण्णांच्या हस्ताक्षरातील पत्रे मला अनेक वेळा मिळाली होती, पण प्रत्यक्षात आज मी त्यांना प्रथमच पाहत होतो. त्यांचे शब्द ऐकत होतो.

या प्रश्नावर मी केवळ स्मित करून गप्प राहिलो.

अण्णा म्हणाले, "तुमचं वय अजून लहान आहे. शिक्षण सोडलंत. पुढे आयुष्यात तुम्ही करणार काय?"

हा विचार मी कधीच केला नव्हता. 'की बंधु असलो जरि सात आम्ही त्वत्स्थंडिलीच असते दिधले बळी मी' ह्या किंवा 'निर्वंश होईन ठरेल अखंड वंश' ह्या स्वातंत्र्यवीरांच्या ओळी वाचून मी पेटलेलो होतो. आपण आता स्वातंत्र्याच्या ह्या पवित्र रणसंग्रामात स्वतःची आहुती देऊन धन्य व्हायचे, एवढाच विचार डोक्यात होता.

मी काहीच बोलत नाही, हे बघून अण्णा म्हणाले, "उद्या स्वातंत्र्य मिळालं, तरी तुमचा चरितार्थ चालण्यासाठी तुमच्यापाशी काही पाहिजे. तुम्ही असं करा, शॉर्टहँड-टायपिंगचा कोर्स पुरा करा."

मी मान हलविली. मुलाखत संपली.

पुढे मी कोल्हापूरला आलो. काही दिवस शॉर्टहँड-टाइपिंगचा खटाटोप करून पाहिला आणि अण्णांना लिहून टाकले, "मला हे जमण्यासारखं नाही."

पुन्हा विचारणा आली, ''काय शिकणं आवडेल?''

मी कळवलं, ''चित्रकला.''

तत्काळ उत्तर आले.

''कोणत्याही आर्ट स्कूलमध्ये फी भरून नाव दाखल करा आणि तुमच्या आवडीचं शिक्षण घ्या.''

मी कोल्हापुरातल्या 'दळवीज् आर्ट इन्स्टिट्यूट'मध्ये नाव दाखल केले आणि 'अॅडव्हान्स' परीक्षेची तयारी करू लागलो. हे शिक्षण करतानाच मी चळवळीचे कामकाजही बघावे, असे ठरले होते. माझ्या आधी हे चळवळीच्या कचेरीचे, लिखापढीचे काम अहमद शाबाजी मुल्ला हे गृहस्थ करीत होते. ते भूमिगत होते. अनेक गुन्ह्यांची वॉरंटे त्यांच्यावर होती. एके दिवशी मला आदेश मिळाला की, 'अमुक अमुक वाड्यात जा, मुल्लांना भेटा आणि कचेरीतली कागदपत्रं ताब्यात घेऊन त्यांना मोकळं करा.' मी बरोबर एक कार्यकर्ता घेऊन जागा बघितली. मुल्लांना भेटलो.

पंचगंगा नदीच्या तीरावर, कोल्हापूर शहराच्या गंगावेस ह्या भागात एका बाजूला मुल्लांनी जुनापुराणा वाडा शोधून काढला होता. गोरगरीब कुणब्यांची, कामकऱ्यांची काही कुटुंबे खोल्या घेऊन ह्या वाड्यात राहत होती. वाड्याच्या दरवाजातून आत शिरले की, समोर दोन्ही बाजूंना तुळशी वृंदावने, खुंट्याशी बांधलेल्या शेळ्या, गाई-वासरे, लेकुरवाळ्या कोंबड्या असा देखावा दिसे. सांडपाणी वाहत असे. पोरेबाळे धुळीत खेळत असत. बाया-बापड्या शिवणे-टिपणे, कांडणे-भरडणे असल्या कामात दंग असत. मुल्लांनी ह्या सगळ्या कुटुंबांचा विश्वास मिळविला असावा. आपल्या वाड्यात देशाच्या स्वातंत्र्यासाठी घर-संसार सोडून वनवास पत्करलेला एक माणूस राहतोय, त्याच्यावर पोलिसांचा वहिम आहे; पण आपण त्याला उघडा करायचा नाही, सांभाळून वागायचे, हे त्यांना ठाऊक असलेच पाहिजे.

वाड्याच्या आत शिरताच उजव्या बाजूला आडवी अशी लांबलचक पडवी होती. पडदा घालून ती बंदिस्त केली होती. पडवीच्या दारातून आत गेले की, समोर जुन्या अवजारांचा ढीग होता. निकामी फावडी, फुटक्या लोखंडी पाट्या, जुनेपाने कंदील, फळ्या, दांडे, औते, दोरखंडं असले सामान तिथे अस्ताव्यस्त पडलेले होते. खालची जमीन उखणलेली होती. भिंतींचीही सारवून-सुरवून वज राखल्याचे चिन्ह दिसत नव्हते. अंधारी अशी ही जागा वैरण, धान्याची पोती, कांदे असले शेतीउत्पन्न साठविण्यासाठी उपयोगात आणली जात असावी. माणसांची वस्ती इथे नाही, एवढे तत्काळ वाटत असे.

हे झाले दारात पाऊल टाकताच समोरचे दृश्य आणि उजव्या बाजूचेही. तिकडे

अंधारामुळे डोळ्यांच्या बाहुल्या मोठ्या होईपर्यंत काही दिसतच नसे. उजव्या बाजूला मात्र किलतानाचा पडदा लावलेला होता. तो बाजूला करताच आत सहा बाय दहा एवढ्या जागेत मुल्लांचे ऑफिस होते. ऑफिस म्हणजे तरी काय – खाली अंथरलेली एक मळकट सतरंजी, उशी, खांद्याला अडकविण्याची एक मोठी पिशवी, तिच्यात कागदपत्रे. बस! बाकी काही पसारा नाही. पाठभिंतीकडे एक लहानशी फळ्यांची झडप-दारं असलेली खिडकी होती. तिच्यातून आलेल्या प्रकाशात देशभक्त मुल्ला लिखापढी करीत बसलेले.

कृश अंगकाठी, वाढलेली दाढी, अंगात कुडते, खाली धोतर. डोळे थोडे तिरळे. एकूण अवतार असा की, अंगमेहनतीची कामे करून हातातोंडाची गाठ घालणारा हा कोणी तरी गरीब, पापभीरू माणूस आहे. अगदी निरुपद्रवी, नगण्य!

पण कोल्हापूर शासनाच्या दृष्टीने हा एक फार उपद्रवी असा गुन्हेगार होता. ज्या माणसाला वैषयिक सुख, संपत्ती, आराम, बढती अगर स्तुती यांची गरज भासत नाही आणि मनाला योग्य वाटेल तेच जो करतो, अशा माणसाशी सत्ताधाऱ्यांनी फार जपून असावे. कारण तो फार जहाल आणि संत्रस्त करणारा शत्रू असतो, हे शासनाला माहीत होते.

मी जागा पाहिली. मुल्लांना पाहिले. ते म्हणाले, ''तुम्ही आता उद्यापासून रोज ह्या वेळेला माझ्याकडे येत जा. चार दिवसांत मी कोल्हापूर जिल्ह्याचे सर्व काम तुम्हाला समजावून देईन, सूचना देईन आणि ऑफिस तुमच्या हवाली करून मी जाईन.''

मी होकार देऊन उठलो आणि घरी आलो. घर दुसऱ्या टोकाला म्हणजे मंगळवार पेठेत होते. माझे वडील बंधू ग. दि. माडगूळकर तेव्हा हंस पिक्चर्समध्ये नोकरी करीत होते. त्यांनाही आम्ही भावंडे अण्णा म्हणूनच संबोधतो. त्यांच्याकडे मी राहत होतो. राहत म्हणजे जेवणाखाण्यापुरता राहत होतो. एरवी खासबाग मैदानाकडे अनेक विद्यार्थी जिथे खोल्या घेऊन राहत होते, अशा जागी मीही एक खोली घेतली होती. तिथे मी विद्यार्थिदशेत असल्यासारखा राही. चळवळीची कामे, लोकांत गाठीभेटी असले सर्व आक्षेपार्ह उद्योग तिथे करी आणि झोपेही तिथेच. माझी ही खोली फारशी कुणाला माहीत नव्हती. सर्वांना वाटे की, मी भावाकडे राहतो आणि चित्रकला शिकतो. मी नक्की काय करतो याचा पत्ता लोकांना लागू नये म्हणून मी थोडे कात्रजघाटीही वागत असे. वेगळ्या रंगाची टोपी डोक्यावर घालून वावरत असे.

ठरल्याप्रमाणे कामाचा चार्ज घेण्यासाठी मी दुसऱ्या दिवशी मुल्लांच्या राहत्या वाड्यावर गेलो. आदल्या दिवशी पाहून ठेवल्यामुळे वाडा बरोबर सापडला. आत गेलो. माहीतगाराप्रमाणे उजव्या हाताच्या त्या अडगळीच्या खोलीत शिरलो आणि

गोणपाटाच्या पडद्याआड गेलो. मुल्लाजी काम करीत बसले होतेच. म्हणाले, ''या, मी वाटच बघत होतो.''

आज त्यांच्यापुढे कागदाचा लहानसा गठ्ठा दिसत होता. सबंध जिल्ह्यात आपले किती कार्यकर्ते आहेत, त्यांपैकी किती जणांवर वॉरंट्स आहेत, त्यांपैकी ह्या ऑफिसला कुणासाठी काय करावे लागते वगैरे माहिती ते मला सांगत होते. मी समोर बसून ऐकत होतो. एवढ्यात बाहेर बायकांचे उंच आवाजातले बोलणे ऐकू येऊ लागले.

''अहो, पन मी सांगतो नव्हं का, तिथं कोन ऱ्हात न्हाई म्हनून? आमची ही एवढी चारी-पाची बिऱ्हाडं ऱ्हातो.''

माझे काही बाहेर लक्ष नव्हते, पण काहीतरी गोंधळ चालला होता, एवढे कळले. मुल्लासाहेबांच्या तर ते तत्काळ ध्यानात आले. ओठांवर चार बोटे ठेवून त्यांनी कान बाहेर लावला. त्यांच्या शरीराला थोडा कंप सुटल्याचेही मला जाणवले. माझ्याशी बोलायचे ते आता थांबले होते.

मग मी कान दिला. वाड्यातल्या बायांचा आवाज नेहमीसारखा नव्हता, हे खरे. चरण्याच्या नादात असलेल्या कोंबड्यांवर एकदम घारीने झपाटा मारल्यावर त्या ज्या आवाजात ओरडतात, तसा काहीसा हा आवाज होता.

माझाही चेहरा प्रश्नांकित झाला. हाताने खूण करून मी मुल्लांना विचारले, ''काय गोंधळ आहे बाहेर?''

ते अगदी पुटपुटत्या आवाजात बोलले, ''रेड आली. पोलीस!''

माझ्यावर अजून वॉरंट नव्हते. कोणत्याही गुन्ह्यात मी अद्याप भाग घेतलेला नव्हता. मला त्या वेळी कसे सुचले, कोण जाणे; पण मी विचारले, ''मी बाहेर जाऊन बघू का?''

त्यांनी मान हलवून होकार दिला आणि मी पडद्याआडून बाहेर आलो. दारातून बाहेर अंगणात आलो.

नेमक्या त्याच वेळेला बायांच्या ओरडण्याकडे दुर्लक्ष करून चार पोलीस दारात आले होते. बहुधा त्यांना कोणीतरी मुल्लांच्या राहत्या जागेची माहिती दिली असावी. त्या काळी एकदम अशा आडजागी घुसण्याआधी पोलीस बराच कानोसा घेत. आतून एकदम हल्ला होईल, गोळीबार होईल ह्याची त्यांना काळजी वाटे, म्हणून ते फार सावधगिरी बाळगत. तशी सावधगिरी ह्या संस्थानी पोलिसांनीही बाळगली होती. मी एकदम आतून बाहेर पडताच पोलीस चकित झाले.

मुल्ला नाही, पण दुसरा कोणीतरी मौलवी आपल्या जाळ्यात आला, एवढे त्यांना कळले आणि माझ्याभोवती त्यांनी कडे केले. अगदीच दारात होतो तो मी थोडा बाजूला सरून उभा राहिलो.

मला वाटते, अमुक एक मुल्लासाहेब इथे राहतात, अशी त्यांना नक्की बातमी मिळालेली नसावी, पण कोणी तरी संशयास्पद व्यक्ती ह्या वाड्यात आहे, एवढे कळले असावे आणि तेवढ्या वहिमावरून मोठ्या साहेबाने ह्या दोघा-चौघा कॉन्स्टेबल्सना 'जा, चौकशी करा' म्हणून पाठविले असावे. माझ्याभोवती कडे करून उभे राहिल्यावर फीतवाल्या हवालदाराने विचारले, ''आपण कोन?''

नाव-गाव दडविण्याची मला काही आवश्यकताच नव्हती. मी नाव सांगून टाकले.

''कुठं ऱ्हाता आपन?''

''मंगळवारात, बाबूराव पेंटरांच्या घराजवळ.''

कोल्हापुरातल्या कोणाही माणसाने आदर दाखवावा, असे बाबूराव पेंटर हे नाव होतं. अगदी पोलीस खात्यातल्या माणसालासुद्धा हा पत्ता माहीत नसण्याचा संभव नव्हता.

''करता काय?''

''शिकतो. चित्रकला.''

माझ्या चेहऱ्यावर काही गोंधळ दिसत नव्हता. बोलण्यातही काही लपवाछपवी नव्हती. माझ्या ह्या सहज बोलण्या-वागण्याने हवालदार घोटाळ्यात पडले. हा खरेच कोणी चळवळ्या आहे का गरीब बापडे शिकणारे बामणाचे पोर आहे?

''हिकडं का आलावता?'' हा प्रश्न मात्र उघड-उघड माझा गोंधळ उडावा असा होता; पण त्या वेळी मला कसे सुचले, कोण जाणे! धडाकून सांगून टाकले, ''माझं आर्ट स्कूल इथून जवळ आहे. इथं अभ्यासाला भाड्यानं खोली बघावी म्हणून आलो होतो.''

''कसली खोली हाय, बगू द्या बरं आमाला.'' असं म्हणून आधी मला तोंडाशी घालून हवालदार माझ्यामागून आत येऊ लागले.

मी मनातून पार हादरून गेलो. आता पडद्याआड बसलेले मुल्ला कागदपत्रांसह सापडणार आणि दोनएक दिवसांत ठिकठिकाणी पकडापकड होऊन सगळ्या संघटनेचा धुव्वा उडणार! खाली मान घालून मी आत आलो. मागोमाग हवालदार आणि बाकीचे. मुल्ला आत नव्हते. काही कागदपत्रेही नव्हती. पिशवी नव्हती. ती अंथरलेली सतरंजी आणि मळकट उशी तेवढी होती. तीही गुंडाळून भिंतीशी. मला विलक्षण बरे वाटले!

हवालदारांनी, पोलिसांनी इकडे-तिकडे पाहून घेतले. त्यांना कुठे काही आक्षेपार्ह दिसले नाही. रिकाम्या हाताने ते बाहेर आले. तशा मघाच्या बायाही एकमेकींच्या तोंडाकडे बघू लागल्या.

''हा बाबा आत हाये आन् घावला कसा न्हाई?''

काहीच हाती लागले नाही. निदान मला तरी न्यावे, अशा विचाराने हवालदारांनी माझ्या दंडाला धरून म्हटले, ''आपन चला जरा!''

''कुठं?''

''पेट्यावर.''

पेट्यावर म्हणजे 'पेटा करवीर कचेरी'वर. इथे अनेक सरकारी कचेऱ्या एकत्र आहेत. मला त्यांच्याबरोबर जाण्यावाचून दुसरा इलाज नव्हता. पेट्यावर नेऊन हवालदारांनी मला फौजदारसाहेबांसमोर उभे केले. त्यांनी मला पायापासून डोक्यापर्यंत न्याहाळले. पुन्हा तेच प्रश्न.

''नाव काय?'' – आवाज उग्रट.

''व्यंकटेश दिगंबर माडगूळकर.''

''मूळ राहणारे?''

''औंध संस्थानच्या माडगूळ गावचे. जिल्हा सातारा.''

''आपल्या वडिलांचं सबंध नाव?''

''दिगंबर बळवंत माडगूळकर.''

''इथं कोणाकडे राहता?''

''मोठ्या भावाकडे.''

''त्याचं नाव?''

''ग. दि. माडगूळकर.''

''ते काय करतात?''

''हंस पिक्चर्समध्ये नोकरी.''

(इथे एक हवालदार बाहेर गेला.)

''एकूण भाऊ किती आपण?''

''पाच.''

''इथं कधी आलात तुम्ही?''

''अगदी अलीकडे. चार-सहा महिने झाले.''

''कोणत्या हायस्कुलात शिकता?''

''हायस्कुलात नाही, आर्ट स्कुलात. दळवीज् आर्ट इन्स्टिट्यूट.'' ही प्रश्नोत्तरे चालू असताना मघाशी बाहेर गेलेले हवालदार आत आले. साहेब मध्येच उठून पलीकडे भिंतीशी अडकवलेल्या आपल्या कोटाशी गेले. हवालदार जवळ जाऊन काही बोलला. सिगारेट, काड्यापेटी घेऊन फौजदार परत आले आणि म्हणाले, ''तुमचे भाऊ तर म्हणतात, तुम्ही त्यांच्याकडे राहत नाही?''

एवढे बोलून फौजदारांनी सिगारेट पेटविली. मला धक्काच बसला.

''असं कसं म्हणतील?''

"आम्ही स्टुडिओत फोन करून विचारलं आत्ता." एवढं म्हणून फौजदारांनी धूर सोडला आणि तिरप्या डोळ्यांनी माझ्याकडे पाहिले.

"असं म्हणणार नाहीत. ऐकण्यात काहीतरी चूक झाली असेल. चला, मी फोन करतो फोन."

"हवालदार, ह्यांना घेऊन जा."

हवालदारांनी पुन्हा फोन केला.

"मी पेट्यातनं शिंदे हवालदार बोलतोय. त्या माडगूळकरांना बोलवा."

मी फार गोंधळून गेलो होतो. 'अण्णा असं कसं सांगतील? मी त्यांच्याकडंच तर राहत नव्हतो का?' अण्णा फोनवर आले. त्यांचा आवाज मी ओळखला.

"हॅलो, मी माडगूळकर."

"मी पेट्यातनं शिंदे हवालदार बोलतोय."

मध्येच मी म्हणालो, "विचारा त्यांना. म्हणावं, तुमचे भाऊ तर म्हणतात की, ते तुमच्याकडंच जेवा-खायला-ऱ्हायला असतात."

शिंदे हवालदार म्हणाले, "ते तुमचे भाऊ म्हणतात की, ते तुमच्याकडंच ऱ्हातात."

हे ऐकताच अण्णांच्या तत्काळ ध्यानी आले की, हा पोरगा पोलिसांच्या हाती सापडलाय. त्याचा जाबजबाब चाललाय. ते म्हणाले, "तसा तो ऱ्हायला माझ्याकडंच असतो, इथं आला म्हणजे. म्हणजे नुकताच तो इकडं आलाय. मला वाटलं, तुम्ही विचारताय की, तो तुमच्याकडंच कायम ऱ्हातो का?"

हवालदाराचे समाधान झाले. तसे त्यांनी येऊन साहेबांना सांगितले. मग साहेब म्हणाले, "बसा, तुमचा जबाब घेऊन सही घेतली पाहिजे."

पुन्हा सगळी तीच प्रश्नोत्तरे झाली. मी चित्रकलेचा विद्यार्थी आहे, चळवळीशी माझा काहीएक संबंध नाही, असे लिहून घेतल्यावर साहेब मला म्हणाले, "आता तुम्ही जाऊ शकता."

घडले ते सगळे अनपेक्षितच होते. तरीपण मला सर्वांत जास्त उत्सुकता होती ती अहमद शाबाजी मुल्ला गेले कुठे? कसे? पाताळात दडले की अस्मानात उडाले?

पेट्यातून सुटताच लगेच त्या वाड्याकडे चौकशी करण्यासाठी जाणे म्हणजे सरळ आत्मघातच होता. कारण आज मला जरी सोडले असले, तरी एखादा साध्या पोशाखातला पोलीस माझ्या मागे नसेल, असे सांगता येत नव्हते. एकूण, आज सबंध दिवस आणि रात्रीसुद्धा काहीही चौकशी न करता मी अण्णांच्या बिऱ्हाडी राहणे, हेच उचित होते.

मला घरी पोहोचेपर्यंत दुपारचे तीन झाले होते. अण्णांनी घरी येऊन मला पकडल्याची वार्ता वहिनींना सांगितली होती आणि पुन्हा ते नोकरीवर रुजू झाले होते.

त्यामुळे मी धडधाकट असा घरी येताच आनंदी आनंद झाला. काय झाले, काय झाले याची हलक्या आवाजात पुन्हा उजळणी झाली.

या प्रसंगानंतर दोन-तीन महिने मी फार जपून सगळे केले. आपल्यावर पाळत आहे, हे धरून चाललो. बिलकूल गहाळ राहिलो नाही. तरीपण हस्ते-परहस्ते अहमद शाबाजी मुल्ला कसे निसटले, हे मला कळले.

मी पोलिसाशी बोलत असताना त्यांनी पाठभिंतीची खिडकी सावकाश उघडून तिच्यातून पलीकडे पंचगंगेच्या काठी उडी घेतली होती आणि पात्रातून एखादा कोळी जावा तसे कागदपत्रांचे गाठोडे पाठीशी टाकून ते पार शलिनी स्टुडिओच्या बाजूला गेले होते. त्याच रात्री त्यांनी कोल्हापूर सोडले आणि आता कुठेतरी अज्ञात ठिकाणी सुखरूप होते!

मी एकवार असा सुटलो. पुन्हाही एकवार सापडलो आणि पळालो ते थेट माडगूळला गेलो. माझ्या सहकाऱ्यांपैकी सोळा जण पकडले गेले. त्यांना फार मारझोड झाली. खटले चालले. कुणाला सात, तर कुणाला पाच वर्षे अशी सश्रम कारावासाची शिक्षा झाली. खरेच, साऱ्या संघटनेचा धुव्वा उडाला.

पण लवकरच स्वातंत्र्यसूर्य उगवला. गजाआड होते ते सगळे सहकारी मुक्त झाले. शेवटपर्यंत सापडलो नाही, असे माझ्या आठवणीप्रमाणे आम्ही तिघेच होतो.

चळवळीचे नेते अण्णा, मी आणि अहमद शाबाजी मुल्ला.

फार पूर्वी पंचावन्न साली ते एकदा उडत-उडत भेटले होते. सुस्थितीत असावेत, असे वाटले नाही. त्यावर आजतागायत भेटले नाहीत. कुठे असतात, काय करतात याचाही मला पत्ता नाही.

■

८

देना मांग

फोटोची निगेटिव्ह दिसावी तसा देना दिसला. रंगानं सुरेख काळा. अंगानं पहिलवानासारखा बांधेसूद, उंचापुरा आणि अंगावर पांढरीधोट कापडं घातलेला. फिक्कट गुलाबी रंगाचा फेटा त्यानं एका कलावर असा सुरेख बांधला होता. अंगात पांढराधोट मलमली अंगरखा होता. खाली पांढरं धोतर होतं आणि पायात जाड वहाणा होत्या. नाकीडोळी नीटस असा देना पांढरे स्वच्छ दात काढून हसला आणि त्याने मला रामराम घातला. एखाद्या ग्रामीण सिनेमात हीरो शोभावा, असा देना बघताच मी खूश झालो.

मी ज्यांच्याकडे पाहुणा आलो होतो, ते अण्णासाहेब पाडळीकर म्हणाले, "माडगूळकर, हाच तो देना मांग. आमच्या सबंध गावात शिकारीचा नादी हा एवढाच. रानोमाळ कुत्री घेऊन हिंडतो. आणि बरं का देना, हे पाहुणेही तुझ्यासारखेच नादी आहेत. चार-आठ दिवस विश्रांतीला आलेत आपल्याकडे. त्यांच्याबरोबर रानात जाऊन शिकार दाखवायचं काम तुझं."

मी विचारलं, "काय काय आहे देना तुझ्या रानात?"

देनाचा चेहरा उजळला.

"डोंगरात लहान-सहान जित्राबं हायेत मालक. ससा हाय, मोर-लांडुरी हाय, चितूर हाय, पकुर्डी हाय. घटकाभर करमनूक व्हईल एवढं हाय म्हना ना!"

"किती लांब आहे डोंगर?"

"ह्योच की! तुम्ही कराडकडनं घाट चढून आला ना, हांगं त्योच. गावापासनं दोनएक मैल हाय."

"मग केव्हा जाऊ या?"

देना उत्साहानं म्हणाला, "उद्या सकाळचा लवकर येतो की!"

"ये."

"कुत्री आणू का माझी संगट?"

"कसली आहेत कुत्री?"

"एक टेगर हाय, एक झिप्रं हाय, एक लांबड तोंडाची कुत्री हाय. बगा तरी."

माझ्या मनात आलं, कुत्री जनावरामागं लागतील आणि मला बार घालणं मुश्कील होईल.

"ती पुन्हा नेऊ कधीतरी. उद्या तू एकटाच ये."

"बराय. जाऊ का?"

"हं."

ताठ चालत देना निघून गेला. तो दिसेनासा झाल्यावर अण्णा म्हणाले, "माडगूळकर, सांभाळूनच राहा बरं का ह्याला. एक-दोनदा आत जाऊन आलेला गडी आहे."

"म्हणजे?"

"म्हणजे गुन्हेगारांच्या यादीत नाव आहे. दोनदा तुरुंग भोगून आलाय."

"कशाबद्दल?"

"दारू गाळतो. चोरटाही आहे, असा प्रवाद आहे."

"जाऊ द्या. आपल्याला काय करायचं आहे? शिकारीचा नादी आहे ना, मग तो आमचा दोस्त!"

"ते खरं. तसा फार विश्वासू आहे, पण बंदूक त्याच्या हाती देऊ नका."

"बरं, मी काळजी घेईन."

मी बेफिकिरीनं उत्तरं दिली. याचं एक कारण असं की, गुन्हेगार समजल्या गेलेल्या काही शिकारी दोस्तांबरोबर मी ह्यापूर्वी रात्री-अपरात्री रानामाळातून हिंडलो होतो. बापू रामोशी, उसेन वैदू, वाल्या पारधी, गोविंदा कातकरी, दादू वंजारी अशी माणसं जंगलात कशी जिवाला जीव देतात याचा अनुभव मी घेतलेला होता. ह्यांपैकी कोणी कसलाही दगाफटका केल्याचा अनुभव मला नव्हता.

भल्या पहाटे देना उठवायला आला. हत्यार म्हणून त्यानं फक्त एक कुऱ्हाड बरोबर आणली होती. चहापाणी करून मी त्याच्याबरोबर बाहेर पडलो. चांदणं टिपूर होतं. सुखद गारठा होता. पाऊलवाट तुडवत चाललो.

"कुणीकडे जाऊ या देना?"

"ह्या समूरच्या डोंगरात. मोर घावतोय का बगू या."

"तू कधी मारलेस का मोर?"

"नायी हो सायेब. माज्यापाशी हत्यार का पात्यार? आमची सगळी शिकार कुत्र्याच्या जिवावर. ससा, सायाळ, घोरपड ही आमची शिकार."

"मोर आहेत का डोंगरात?"

"हायेत. लांडुऱ्या हायेत, मोर हायेत. मी उठिवतो; मारायचं काम तुमचं!"

डोंगर गाठेपर्यंत दिवस उगवला. कोवळं उन्ह पडलं. होले आवाज टाकू लागले. आम्ही घाटाच्या माथ्यावर येऊन उभे राहिलो. घाटात झाडी होती. डाव्या-उजव्या बाजूंना दऱ्या होत्या. रस्त्याच्या बाजूला तांबड्याबरड रानाचे लहान-लहान तुकडे वरून दिसत होते.

एकाएकी लांब खाली चितूर पक्षी ओरडला. त्याचं ओरडणं संपलं-न संपलं, तोच दूर डोंगरातून त्याला प्रतिसाद आला.

शेताच्या कडेला झाडझाडोरा सारखा लागलेला होता. कितीही खटपट केली असती, तरी हा चितूर दिसणं अशक्य होतं. आधी ह्या जातीला देवानं रंग असा काही दिला आहे की, तांबड्या रानात, गवतात, झाडाझुडपात दिसायला तो माणूस पुण्यवानच पाहिजे. त्यात लपायला एकसारखी झुडपं असली म्हणजे चितूर कितीही धोका असला, तरी उडणार नाही. नुसता तुरूतुरू धावेल, ह्या झुडुपातून त्या झुडुपात जाईल. बघता-बघता अंतर्धान पावेल.

मी म्हणालो, "देना, चितूर ओरडला."

"व्हय, त्या खालच्या शेतात आहे. मारता का?"

"तो काय थांबणार आहे त्या जागी आपण जाईस्तोवर?"

"कुटं जातोय? या तुमी माज्या मागं."

आम्ही घाट उतरू लागलो. माझी पूर्ण खात्री होती की, आम्ही शेतापाशी जाईपर्यंत आमच्या पायाच्या आवाजानं चितूर जाणार. तो दिसणार नाहीच नाही.

देनाच्या पायात काही नव्हतं. माझ्या पायात रबरी सोलाचे शिकारी बूट होते. नीट वाटेनं जाण्याऐवजी देनानं मला कुणीकडून कुणीकडून आडवाटेनं चालवलं.

शेत आल्याचं मला शेवटपर्यंत कळलं नाही. गप्पदिशी एकदम त्या शेताच्या तुकड्यातच जाऊन उभा राहिलो. मी जिथं होतो, तिथंच शेताच्या बांधावर उभं राहण्याची खूण मला करून देना बारीक नजरेनं शेत बघत राहिला आणि चालू लागला.

माझ्या मागल्या बाजूला, खाली घाटाचा वळणदार रस्ता होता. डाव्या-उजव्या बाजूंना बरंच नांगरलेलं तांबडं शेत होतं. गवताळ बांध होते. समोर शेत पसरलेलं होतं आणि त्यापलीकडे झाडंझुडुपं नसलेल्या टेकाडाची भिंत होती. नाही म्हणायला माझ्यासमोर किंचित डाव्या बाजूला दगडगोटे, कोरफडीचे गड्डे आणि टणटणीचं मोठं झुडुप होतं. बारीक नजरेनं मीही सगळं रान तपासलं, पण चितूर दिसला नाही.

शेळ्या-मेंढ्या वळताना तोंडातून काढतात तसला 'थिर्रर... हाऽऽर' असला आवाज काढत, वरचेवर दोन्ही हातानं टाळ्या पिटत देना चालत होता. असे आवाज करीत, पाय आपटत त्यानं टणटणीच्या त्या बेटाला फार दुरून असा वेढा घेतला आणि मग तो माझ्याजवळ आला. वाकून झुडपाच्या बुडाकडे बोट करून म्हणाला, "त्यो बघा – वरलीकडं तोंड करून मुरून बसलाय. टाका बार!" डोळे बारीक करून मला काही वेळ धुंडावं लागलं आणि मग एखाद्या माळावरच्या गोट्यासारखा दिसणारा, मुरून बसलेला चितूर दिसला. तो इतका जवळ होता की, मारला तरी सबंध हाती लागणं कठीण होतं.

माझा गोंधळलेला चेहरा बघून देना हळूच कुजबुजला, "घाई-गडबड करू नका. त्यो जात न्हाई. नीट शिस्त धरून हाणा."

मी सावकाशपणं नळीतलं काडतूस बदललं. चार नंबरचा छरा काढून आठ नंबरचा घातला. नाही म्हटलं तरी बंदूक बंद केल्याचा, सेफ्टी कॅच पुढे सारल्याचा आवाज आलाच, पण चितूर हलला नाही. फट्कन बार वाजला. प्रतिध्वनी उठले. चार पिसं उडाली आणि देना धावत जाऊन चितूर घेऊन आला.

"शेबास शेबास! बगा, जडशीळ हाय. एका तलंगंएवढा ऐवज हाय हा. फटक्यात मारला तुमी. कमाल हाय हां!" त्याचा चेहरा आनंदानं उजळून निघाला होता. थोडी जास्ती घसट असती, तर फड जिंकलेल्या पहिलवानासारखा त्यानं मला खांद्यावर उचलून घेतला असता!

मी चकित झालो होतो, ते देनानं आत्मसात केलेल्या वनविद्येमुळे. त्याने चितूर हेरला तर होताच; पण तो तुरगून जाऊ नये म्हणून गोलाकार आवाज करून त्याला घाबरवला होता. एका जागी बसवला होता.

मी म्हणालो, "देना, चितूर जाऊ नये म्हणून ही युक्ती करावी लागते, हे मला आज पहिल्यांदा कळलं!"

"हे पाखरू उडत न्हाई सायेब, कोंबडीवाणी पळतं. त्याला चकवूनच मारावं लागतं."

मी एक नवा धडा शिकलो.

"हां, चला आता. मोर बघू या." असं म्हणून देना मला पुन्हा सगळी चढण चढून माथ्यावर घेऊन गेला. एका गवंडावर आल्यावर म्हणाला, "सायेब, उडता मोर माराल का?"

फार अवघड गोष्ट नव्हती. मोरासारखं अवजड पाखरू फार उंच उडत नाही. फार वेगानंही त्याला उडता येत नाही.

मी म्हणालो, "हो, असा समोर आला तर मारीन."

"मग हाय. तुमी हितं हुबा ऱ्हा. मी त्या पल्याडल्या वघळीत जातो. धोंडं टाकून मोर उडवितो. तो नेमका तुमच्या समोरून उडून त्या पल्याडच्या वघळाकडं जाईल. नीट नजर ठेवा आन् हाणा."

एवढं बोलून देना वघळ उतरला. दिसेनासा झाला.

रानातला मोर हा फार हुशार पक्षी असतो. उंच मान आणि तीक्ष्ण नजर ह्यामुळे त्याला हेरून बंदुकीनं टिपणं कठीणच. 'एखादा मोर आणि तीन-चार लांडोऱ्या असा घोळका जर दुरून देनानं हेरला, तर दडत-दडत जाऊन झुडपाआडून लांडोरीवर बार घातला, तरच काही आशा आहे; एरवी मोर असा उडणार नाही.' असं मी मनोमन म्हणतोय तोवर लांब सोग्याचे दोन मोर एका पाठोपाठ एक असे घळ चढून वर आले आणि मला बघताच उडाले. माझ्या डोक्यावरून पलीकडच्या ओढ्यात जाण्याचा त्यांचा इरादा असावा. एका पाठोपाठ एक चार नंबरची दोन काडतुसं मी

वाजवली आणि फुटबॉल खाली यावेत तसे दोन्हीही मोर खाली कोसळले.

देनाचा हर्ष अनावर होता. त्याला शिकार मिळाल्याचा आनंद तर झाला होताच; पण हा रानचा मेवा आता आपल्या सगळ्या घरादाराला पोटभर खायला मिळणार, यामुळेही तो हरखून गेला होता.

मी सिगारेट पेटविण्यासाठी खाली टेकलो.

दोन्ही मोरांचं ओझं एका हाताने तोलीत देना आला. माझ्यासमोर बसला. ओठांवर बोटं वाजवत म्हणाला, "मेलो आपून तर तुमचा नेम बगून सायेब! अहो, उडतं मोर फटक्यात खाली पाडलं तुमी! आन् दोन गोळ्यांत दोन! नेम असावा, तर असा!"

मी सुखावलो, पण थोडा लाजलोही.

"देना, अरे ह्यात नेमाची फार भानगड नाही. दुनळी बंदूक नुसती आदमासानं धरून आवाज टाकले, तरी पाखरू पडतं. नेम धरावा लागतो तो रायफलनं. मी काही मोठा नेमबाज नाही."

"सोताला नसाल, आमाला हाय."

मी माझी सुरेख बंदूक समोर आडवी ठेवली होती. मातकट जमिनीवर कोणा इंग्लिश कारागिरानं केलेलं ते वजनानं हलकं, सडपातळ असं हत्यार उन्हाच्या तिरपीनं चमकत होतं. निळ्या-काळ्या नळ्या, जोडावरचं नाजूक नक्षीकाम, वॉलनट झाडाच्या लाकडापासून केलेला दस्ता, सुरेख पॉलिश, त्यावरच्या रेषा... कुणाचंही मन जावं, असंच हत्यार होतं. मी हौसेनं त्याची उत्तम वजही ठेवलेली होती. एखाद्या तारुण्यानं मुसमुसलेल्या बाईकडे बघावं, तशा लोभी नजरेनं देना मांगानं हत्याराकडे पाहिलं. बिचकतच मला विचारलं, "बघू का मालक, मी हातात घेऊन?"

"बघ."

मौल्यवान काचेची वस्तू उचलावी तशी देनानं बंदूक उचलली, मांडीवर घेतली. तिच्या सर्वांगावर हात फिरवला. म्हणाला, "मालक, हे असलं हत्यार जर मिळालं मला, तर एक राज्य मिळाल्याचा आनंद होईल; पण कुठलं हे आमाला गरिबाला मिळायला?"

"का बरं? मीही काही मोठा श्रीमंत माणूस नाही देना. मासिकातून गोष्टी लिहून, पुस्तकं लिहून मी पैसे कमावले, साठवले आणि साडेसहाशे रुपयाला ही घेतली."

देना म्हणाला, "रुपयं देनं जड न्हाई मालक. काहीबी खटपट करून मी तेवढी रक्कम उभी करेन; पन मला गरिबाला लायसन कोन दील?"

"का बरं? तुला गावात घर आहे का? चार-दोन एकर रान तुझ्या मालकीचं आहे का? अरे, पिकात रानची जनावरं शिरू नयेत म्हणून शेतकऱ्याला लायसन मिळतं देना!"

कष्टी चेहऱ्यानं देना म्हणाला, "कुटलं घर आमा गरिबाला सायेब? गावात घर न्हाई, रानात शेत नाही; आन् सरकारात पतबी न्हाई. देन्या मांग म्हणजे अट्टल मानूस, असं जाहीर हाय सगळीकडे. मला कुनी कलेक्टर कचेरीच्या आसपास तरी फिरकू दील का?"

गोष्ट खरी होती. मी नाही म्हटलं तरी चार एकर जमिनीचा मालक होतो. प्रतिष्ठित नागरिक होतो. अद्याप कसल्या गुन्ह्यात सापडलो नव्हतो. तरीही बंदूक घेण्यासाठी परवाना मिळविण्यासाठी मला केवढी खटपट करावी लागली होती! किती जणांना भेटावं लागलं होतं.

"देना, तू दारू गाळण्यासारखं खराब काम कशाला करतोस? जनलोकांत अट्टल माणूस असला लौकिक व्हावा, सरकारात पत जावी, असं का वागतोस?"

ह्यावर देना शरमिंदा होऊन कसंनुसं हसला. "तुमाला बातमी दिली वाटतं कुनी?"

"हो, मला कळलं!"

"खोटं कशाला सांगू आन्ना, हे समदं गदळ काम केलंय मी. लहानपनापासनं संगत वाईट भेटली आन् भडाकलो. बरुबरीच्या पोरांबरूबर काही झाकलं, काही उजेडात आलं. शिपायांना घावलो. सुटून पळालो. पुन्हा घावलो. लई मार पडला. आन्ना, बेकार काम झालंय माज्या हातनं."

मी उगीचच विचारलं, "का बरं?"

"उसळतं रगत, अंगातली रग. चांगली कुस्ती करतो आन्ना मी. अवो, एक डाव पोलीस मागं लागलं, तर असा मोटरीवानी पळालो, का माझ्या फेट्याचा पाठीवरचा शेमला वाऱ्यावर थाट हुभा राहिला होता. पोलिसांनी तोंडात बोटं घातली. म्हनालं, "भडव्या देन्या, तुज्या छातीत काय फटफटीचं इंजान बशिवलंय काय?"

थोडा वेळ गप्प राहून देना पुढे बोलला, "नुस्ता मांगाचा धंदा करून पोट भरतंय का आज?"

मला ह्यावर काय बोलावं, हे कळेना. म्हणालो, "चल देना, ऊठ. लांब जायचं आहे अजून. झाली एवढी शिकार पुरे झाली नव्हं तुला?"

"बास झाली. माजं घरबार, नकटं पोर आज जेवंल एवढ्यात."

"मग चल."

"बंदूक मी घेऊ का आन्ना? येताना वझं वागवलं तुमी. आता असू द्या माझ्या पाठीशी."

"बरं घे, चल."

परतीच्या वाटेवर काही बोलणं झालं नाही. भूक लागली होती. मुकाट्यानं वाट कातरून आम्ही गावाशेजारी आलो. गावाबाहेर उघड्या माळावर सात-आठ दरिद्री

खोपटं उभी होती. देना म्हणाला, "मी येऊ तुमच्यासंगट घराकडं? का जाता तुम्ही एकलं?"

"जातो मी. कशाला येतोस?" असं म्हणून मी बंदूक, काडतुसाची पिशवी, पाण्याची बाटली त्याच्याकडून घेतली. मोरांचं ओझं वागवीत देना खोपटाकडे गेला.

एकूण सहा दिवस मी राहिलो. रोज काही नाही, पण चार वेळा देनाबरोबर रानात गेलो. एकदा त्याचा कुत्रा टेगर आणि कुत्री झिप्री बरोबर होती. टेगरनं ससा उठवला. मी आणि झिप्रीनं ताणून तो मारला. मला माझ्या बंदुकीचा जसा अभिमान होता, तिची जशी वज मी राखली होती, तसाच अभिमान देनाला आपल्या कुत्र्यांचा होता आणि त्यांची वजही त्यानं राखली होती. चारीही वेळा आम्ही रिकामे आलो नाही. कधी ससा, कधी घोरपड, कधी पकुड्यां अशी शिकार मिळाली. देना खूश झाला.

सहाव्या दिवशी फाट्यावरच्या झाडापर्यंत देना मला पोचवायला आला आणि विटे ते कऱ्हाड ह्या मोटारीत बसून मी कऱ्हाडला आलो. तिथून रेल्वेनं पुण्याला येऊन आपल्या उद्योगाला लागलो.

देनानं कुणाकडून तरी लिहून घेतलेली दोन पत्रं मला पोचली.

पहिलं पत्र होतं :

'रा. रा. आन्नासाहेब ह्यांना देना भिवा मांगाचा दंडवत. झिप्री कुत्री वेऊन तिला तीन पिल्ले झालीत. एक कुत्रा आहे. तुमच्या बंगल्याला राखण उत्तम होईल. मला कार्ड टाकाल, तर पिल्लू घरी आनून पोचतं करीन.'

दुसऱ्या पत्रात मजकूर होता :

'करड्याच्या पिकावर मायंदळ कांड्याकरकोच्या आल्यात. बंदूक, काडतुसं बख्खळ घिऊन पत्रदेखत यावं.'

मला कामातून सवड झाली नाही. दरम्यान, आमचा कुत्रा जिम घरी आला होता, त्यामुळे झिप्रीचं पिलूही आता मला नको होतं. घाईघाईनं मी तसं कार्ड देनाला लिहून टाकलं.

मध्ये बराच मोठा काळ गेला. सात-आठ वर्षं. देनाचं काही पत्र आलं नाही. माझं तिकडं जाणंही घडलं नाही. नव्यानव्या व्यापात मी गुंतलो. शिकारीचा नाद कमी झाला. तो देना, ते घाटावरचं लहान गाव, तो घाट ह्या सर्वांवरच विस्मृतीची धूळ साठत गेली आणि एके दिवशी देना मांग दत्त म्हणून माझ्यासमोर अचानक उभा राहिला. मी चकित झालो.

“वळखलं का आन्ना मला?”

“ओळखलं देना. कसा काय आलास हिकडं?”

“काम काढून आलो.” असं म्हणून त्यानं चक्क मला आपली बंदूक दाखवली. जर्मन मेकची डायना ३५ मॉडेलची ही एअर रायफल होती. एअरगनला परवाना लागत नाही, लहान-सहान पाखरांची शिकार करायला ही रायफल उत्तम असते, हे मला ठाऊक होतं. उमेदीच्या काळात हात बसावा, म्हणून ही मी वापरलेली होती.

“आन्ना, लई खटपट केली हे हत्यार मिळवायला.” माझ्या नव्या बंगल्याच्या बांधकामावर नजर फिरवून देना म्हणाला, “तुमी ह्यो बंगला बांधायला नकाशा उतरला असंल का, तसा नकाशा उतरून ही वस्तू बघा मिळवली मी आन् लई दिसाची हावस भागवली. आज चार सालं झाली, हिनं खेळतोय. पन बघा, कायतरी बिघाड झालाय हिच्यात. म्हनलं, आन्नाच्या वळखीनं दुरुस्त करून आनावी, म्हनून आलो.”

हत्यार चांगलंच होतं. ह्या गरीब मांगाची हिंमत बघून मी खरोखरीच चकित झालो.

“केवढ्याला पडली देना?”

“रुपयं तीनशे मोजलं बघा.”

हत्यार तपासून बघितलं आणि माझ्या ध्यानात आलं की, त्याची स्प्रिंग उतरली होती. ती बदलायला हवी होती.

“दुरुस्तीला खर्च येईल देना.”

“येऊ द्या. मी रुपय घिऊन आलोय संगं.”

ऑफिसला सुट्टी नव्हती, तरी देनाला स्कूटरमागं बसवून मी कॅम्पमध्ये बंदुकीच्या दुकानदाराकडे गेलो. दुकानातल्या जाणकार माणसानं बंदूक पाहिली. म्हणाला, “स्प्रिंग घातली पाहिजे. ठेवून जा दोन दिवस.”

देना म्हणाला, “छ्या-छ्या! ठिवायची गोष्ट बोलू नका. काय करायचं, ते माझ्या डोळ्यादेखत करा. मी पायजे तर हितं तुमच्या दुकानात दिवसभर बसतो.”

दुकानदार हसून म्हणाला, “तुमचं एकट्याचंच काम घेतलेलं न्हाई पावणं. इतकं झटपट कसं होईल? दोन दिवस ठेवणार असाल, तर करू.”

बंदूक उचलून देना मला म्हणाला, “आन्ना, चला माघारी.”

मी त्याला घेऊन ओळखीच्या आणखी एका दुकानी गेलो. शेठ माझ्या चांगल्या परिचयाचे. पण तेही म्हणाले, “बंदूक आमच्याकडे ठेवायला पायजे.”

शेवटी सिटी पोस्टाजवळच्या एका लहान दुकानदाराला विचारलं. तोही तयार होईना. मी देनाची समजूत काढायचा प्रयत्न केला, तर मला बाजूला घेऊन तो कानात बोलला, “आन्ना, हे लोक लबाडी करत्यात. बंदूक खोलून त्यातलं चांगलं

पार्ट काढून त्या जागी जुनं घालत्यात. ऱ्हाऊ द्या, तुमी आता तरास घिऊ नका. मी मुंबईला जातो. तिथं कुर्ल्याला आमचा पावणा हाय, गिरणीत जाबर. त्येच्या वळखीनं मी माज्या डोळ्यांदेखत काम करून घेईन.''

नाइलाजच होता. हॉटेलात चहापाणी करून मी देनाला स्टेशनवर सोडून आलो. पुढं काय झालं, देनाची काळजाचा तुकडा अशी डायना एअरगन कुणी त्याच्या डोळ्यांदेखत दुरुस्त केली का नाही, हे मला कळलं नाही.

ह्याही गोष्टीला आता बरीच वर्षं उलटून गेली आहेत. नक्की आठवत नाही, पण बारा-तेरा वर्षं झाली असतील. देना आता पन्नाशीला आला असेल. काळाप्रमाणे त्याचं रानावनातलं भटकणं बंद झालं असेल का? का अजूनही तो शिकारी राहिला असेल?

काळ झपाट्यानं बदलला आहे. सरकारी मदतीचा ओघ झिरपत-झिरपत पार खालच्या तळापर्यंत पोचला आहे. बेघरांना घरं आणि भूमिहीनांना भूमी मिळण्याच्या ह्या धडाक्याच्या पर्वणीत बापड्या देनाला गावात घर आणि शेतात चार एकर मिळाले असतील का? नव्हती ती प्रतिष्ठा लाभल्यामुळे बंदुकीचा परवाना मिळविण्याची त्याची आशा पुरी झाली असेल का?

मला उगीचच कधीकधी वाटतं की, देनानं एक दिवशी दत्त म्हणून पुण्याला यावं आणि मला म्हणावं, 'आन्ना, आपल्याला लायसन मिळालं. चांगली डब्बलबारी बंदूक आता मला घिऊन द्या.'

मी म्हणावं, 'देना, बंदुकीच्या किमती आता आभाळाला की रे लागल्यात. एकरभर बागाईत जमिनीला पडती एवढी किंमत आता बंदुकीला पडंल.'

आणि देनानं उत्तर द्यावं, 'पडू द्या. मी तेवढा पैका बांधूनच आलोय तुम्हाकडं. चला!'

■

१

गोष्ट

"ता–त्या!"

"काय बाबा?"

"मला गोष्ट सांगा की!"

"कशाची सांगू?"

अंधारात माझ्याशेजारी झोपलेल्या पाच वर्षाच्या बाबानं विचार केला. मी म्हणालो, 'आता आपली परीक्षा आहे. गोष्टी लिहिणं हा जन्माचा उद्योग आहे, पण पोरांना गोष्ट सांगणं हे काम भलतंच कठीण! त्यांना कसली गोष्ट आवडेल ह्याचा अंदाज कधीच येत नाही. सांगून परिणाम पाहावा म्हटलं, तर अपेक्षेपेक्षा वेगळाच परिणाम दिसतो.' पुष्कळ गोष्टी माहीत नसतात, शब्द ओळखीचे नसतात. पंचतंत्रातल्या काही कथा सांगून पाहिल्या, त्या बाबाला रंजक वाटल्या नाहीत. सिंह जाळ्यात सापडला. जाळ्यात म्हणजे कशात? (आम्ही खेड्यात जन्माला आलो आणि वाढलो, त्यामुळे ही अडचण आली नाही.) गाढवानं वाघाचं कातडं पांघरलं. कसं? त्याला हात कुठं असतात पांघरून घ्यायला? रंगाच्या भांड्यात पडलेला कोल्हा जनावरांना म्हणाला कसा? कोल्ह्याला बोलता कसं येईल? त्या तळ्यात खूप मासे होते. तळं म्हणजे काय? तात्पर्य – पंचतंत्राचा उपयोग नाही.

"वासराची सांगता?"

"तू वासरू कुठं बघितलंस?"

"आहे की जगतापाच्याकडं. गाय आणि तिचं छान लहान वासरू आहे."

'बरं, म्हणजे कथानायकाचा परिचय आहे.'

"सांगा वासराची."

प्रसंग बाका होता. कारण गोष्ट सांगणं प्राप्तच. नाहीतर लगेच बाबाचा माझ्याविषयीचा आदर कमी होतो. मला पतंगाला कन्नी बांधता येत नाही हे जेव्हा त्याला कळलं, तेव्हा त्याला जबर धक्का बसला होता. त्याची अशी ठाम समजूत आहे की, आपला बाप सर्वज्ञ आहे. त्याला सगळं येतं.

"सांगा ना वासराची."

"एक वासरू होतं."

"हं."

"नेहमी आईजवळ असायचं, पण एकदा त्याला वाटलं की,

एकटंच बाहेर जाऊन यावं. गाय आणि बाकीची गुरं बांधलेली असायची, पण वासरू मोकळं असायचं. त्यानं कुंपणाबाहेर उडी टाकली आणि पळालं.''

''हं, कुठं गेलं पळत-पळत?''

''गावाभोवती जंगल होतं. डोंगर होते. जंगल फार दाट होतं. उंच-उंच झाडं, बुटकी झुडपं, काटेरी जाळ्या, रानटी वेल, गवत. माणसांनासुद्धा नीट पाऊलवाटेनं गेलं तर जाता येई. नाहीतर माणसं चुकत. त्यांना घरी परत येण्यासाठी वाट सापडता सापडत नसे.''

''मग?''

''वासरू एका वाटेनं गेलं. झाडं, पक्षी, फुलं बघत-बघत, उड्या मारत, कोवळं गवत खात असं मजेत खूप दूर गेलं.''

''आईनं हाका नाही का मारल्या?''

''हो, मारल्या; पण तोपर्यंत वासरू लांब गेलं होतं. त्याला हाका ऐकू नाही आल्या.''

आता पुढं काय सांगावं बरं, म्हणून मी थोडा गप्प. एक आशा की, त्याला झोप लागावी. एका मिनिटाची स्तब्धता, पण वासरामागोमाग बाबाही जंगलात शिरलेला होता.

''त्याची दूध प्यायची वेळ झाल्यावर ते परत आईकडे आलं?''

''नाही.''

कारण मग गोष्ट संपलीच की! काहीतरी घडणं आवश्यक होतं. एखादा समरप्रसंग... काय बरं नेमकं घडेल? माझ्याअगोदर बाबालाच सुचलं.

''त्या जंगलात वाघ नव्हते?''

''होते. एक मोठा वाघ होता. तो सावलीला झोपलेला.''

''हं.''

आता समरप्रसंगाला वाव होता. वाघाची व्यक्तिरेखा चांगली गडद हवी. तो कथेतला खलनायक.

''हा वाघ दुष्ट होता. त्याला शेळीची लहान-लहान बाळं, हरणं खायला आवडायची. जाळीत तो झोपला होता आणि एकाएकी त्याला वासराचा वास आला.''

इथं सांगण्यात तपशील चुकला, म्हणून मी थांबलो. वाघ ह्या प्राण्याचं घ्राणेंद्रिय फार तीक्ष्ण नसतं.

''हं.''

या हुंकाराबरोबर बाबा जवळ आला. माझा दंड त्यानं धरला. त्याच क्षणी मला वाटलं की, आता पंचाईत आहे. वासरावर काही प्रसंग येता कामा नये. वाघानं तर

त्याला खाता उपयोगीच नाही. तपशील चुकला; पुढे चुकता उपयोगी नाही; पण काही नाट्यपूर्ण घडलं पाहिजेच. काय बरं? विचार करायला फुरसत नाहीच.

"हं, पुढे काय झालं?"

"वाघानं डोळे किलकिले करून पाहिलं, तर दूरवरून लहानसं वासरू कान हलवत वाटेनं येतंय. आपल्याकडंच येतंय."

"पण वासराला नाही का वाघाचा वास आला?"

"कसा येणार?"

वारा वाघाच्या दिशेनं वाहत होता, हा तपशील ह्याला कळणारच नाही.

"वासरू आनंदात होतं. फुलांचे, झाडांचे वास त्याला माहीत होते. वाघाचा वास कसा माहीत असणार? त्यानं तो कधी घेतलाच नव्हता अगोदर. आणि ते मजेत होतं. पुढे वाटेवरच झाडाखाली वाघ झोपलेला आहे, हे त्याला माहीतच नव्हतं. ते सरळ वाघाच्या समोरच आलं."

"हं."

दंडावरची छोटी पकड घट्ट झाली. आता घटना, संवाद झाले पाहिजेत आधी.

वाघ उठून उभा राहिला. मोठा, उंच, रंग तांबडा, अंगावर काळे पट्टे, डोळे हिरवे. वासरू धीट होतं. ते वाघाकडे बघत उभं राहिलं. वाघ म्हणाला, "थांब, मला फार भूक लागली आहे."

वाघ बोलेल कसा, हा प्रश्न येणार म्हणून मी थांबलो; पण आला नाही. टेन्स प्रसंगात श्रोत्याला भान राहत नाही, हे खरंच.

वाघानं जीभ ओठांवरून फिरविली. शेपटी वर-खाली हलवली. तो म्हणाला, "मी तुला खाणार."

वासरू म्हणालं, "खा, पण मी माझ्या आईला सांगून आलो नाही. ती शोधत राहील. तू थोडा थांबशील, तर मी आईला सांगून परत येईन."

"नक्की?"

"हो, देवाची शप्पथ! सुटली बोल."

"बरं जा, आणि लगेच परत ये. वाट सापडेल का?"

"हो, सापडेल."

इथपर्यंत ठीक जमलं.

आता पुढे काय? लबाडी करून वासरू परत आलंच नाही तर? पण त्यानं देवाची शप्पथ घेतली होती. खोटं कसं बोलणार? खोटं बोलणं हे पाप.

"हं, पुढे काय झालं?"

"गेल्या वाटेनं वासरू परत आलं. आई काळजीत होतीच. तिला आनंद झाला."

"रागावली नाही?"

हा मुद्दा राहिलाच. आई रागावणार, ही गोष्ट सुसंगत होती.

रागावली थोडी. म्हणाली, "असं न सांगता जायचं नाही पुन्हा. लहान आहेस तू."

वासरू म्हणालं, "नाही जाणार पुन्हा कधी. पण आई, मला वाघ भेटला."

"बाई गं! आणि रे?"

"तो म्हणाला, मला भूक लागली आहे. मी तुला खाणार. मी म्हणालो, माझी आई शोध करील, तिला विचारून येतो."

"असं म्हणालास?"

"हो. तो म्हणाला, नाही आलास तर? मी म्हणालो, देवाची शप्पथ येईन."

"आईनं विचार केला. ती म्हणाली, "तू जाऊ नकोस; मी जाते."

आपली वासराची गोष्ट आता शिवलीलामृतातल्या व्याधहरिणीकडं चालली आहे, हे माझ्या ध्यानात आलं. पुढं आता शेवटपर्यंत सगळं सोपं होतं.

मग आई गेली. वाघ वाट बघतच होता. ती म्हणाली, "माझ्या मुलाऐवजी मी आले आहे."

वाघ म्हणाला, "मला काय, भूक भागल्याशी कारण. तुला खातो."

गाय म्हणाली, "पण मुलाचे वडील माझा शोध करतील. त्यांना विचारून आलं पाहिजे."

माझ्या गोष्टीनं वेगळीच कलाटणी घेतली होती. वाघाची कॅरॅक्टर सिंपथी खाऊन जात होती.

वाघ म्हणाला, "जा, लवकर विचारून परत ये."

शिवलीलामृतातली गोष्ट मला आठवेना. बहुधा व्याधाच्या मनात परमेश्वर उभा राहिलेला असणार. इथं त्याचा काही उपयोग नव्हता. आता गोष्ट आपणच तडीला न्यायला पाहिजे. वाघाच्या मनात परमेश्वर उभा राहणं खरं नाही.

आई गेल्या वाटेनं परत आली. वासराचे वडील होतेच. त्यांना म्हणाली, "अहो, तो वाघ म्हणाला की, मला भूक लागलीये. तुला खातो. तर मी म्हणाले, तुम्हाला सांगून परत येते."

वडिलांनी विचार केला. म्हणाले, "तू जाऊन आपल्या वासराला दूध कोण पाजणार? मी जातो." आणि बैल त्या वाटेनं निघाला.

बाबाला आता वाटलं होतं की, वासरू सुटलं, आई सुटली. वडील लोक शूर असतात. ते वाघाची जिरवणार.

मला प्रश्न पडला की, आता बैलोबा काय करणार? एका बैलाला वाघाची जिरवता येणं शक्य नाही.

"हं पुढं?"

"बैल वाटेनं चालला, चालला. तिकडं वाघ जिभल्या चाटीत उभा होताच. मग बैलानं ठरवलं की, असं चालायचं नाही. वाघाला उद्या भूक लागेल, परवा लागेल. रोज एकाला तो खाईल. त्याला धडा शिकवला पाहिजे. रानात आणखी बैल चरत होते. त्यांच्याकडे तो गेला. सर्वांना एकत्र करून म्हणाला, मला मदत करा. सगळे बैल धष्टपुष्ट होते. त्यांची शिंगं टोकदार, कठीण होती. ते म्हणाले, चला आपण वाघावर हल्ला करू. आणि निघाले. वाघाला आवाज ऐकू येऊ नये म्हणून हळूहळू निघाले. गळ्यातल्या घंटासुद्धा वाजवल्या नाहीत.

"वाघ वाट बघतच होता. त्याला आता फार भूक लागली होती. वासराचे वडील आले की, काही एक न बोलता-सवरता त्यांना खाऊन फस्त करायचं, असं त्यानं ठरवलं होतं."

मला श्रोत्याचा रिस्पॉन्स कळत नव्हता. बाबा गप्प होता. कदाचित प्रसंग गंभीर म्हणून असेल. कदाचित झोप डोळ्यांवर उतरली असेल. मुद्दामच मी थोडा वेळ थांबलो.

"हं, पुढे?"

"मग सगळ्या बैलांनी वाघाभोवती गोल केला. त्याला घेरून मध्ये घेतला आणि शिंगं रोखून ते त्याच्या अंगावर धावून गेले. बैलांचे डोळे तांबडे-लाल झाले होते. नाकातून फुस्कारे निघत होते."

पुन्हा दंडावरची पकड घट्ट झाली. रडव्या आवाजात प्रश्न आला, "त्यांनी मारून टाकलं वाघाला?"

घोटाळा माझ्या लक्षात आला. वाघाची कॅरॅक्टर आपण सिंपथॅटिक केली, त्याचा हा परिणाम आहे. ही शोकान्त गोष्ट होता कामा नये. म्हणजे पुन्हा पंचाईत.

"अं? त्या बैलांनी वाघाला मारून टाकलं?"

"छे! मारलं नाहीच. इतके बैल आपल्या अंगावर धावून येताहेत, हे बघताच वाघोबाची घाबरगुंडी उडाली."

बाबाला एकदम खदखदून हसू आलं. अगदी अनपेक्षित परिणाम!

हसतच प्रश्न : "हो?"

"हो. तो फार घाबरला आणि शेपूट पायात घालून, कान खाली पाडून धूम पळाला."

मला मिठी मारून पुन्हा मोठ्यांदा हसू.

"हो? घाबरून धूम पळाला?"

"हो आणि ते बघून बैलांना अगदी हसायला आलं. सगळे खाली बसले आणि मोठ्यांदा हसायला लागले तोंड वर करून."

त्या कोरसएवढं हसू! ते थांबेच ना!

तेवढ्यात पलीकडे असलेल्या खऱ्या आईचा आवाज : "बाबा, पुरे आता. झोपा बघू. ताई तिकडे अभ्यास करतीये ना!"

एकदम शांतता. मग गोष्टीवरच विचार. मला वाटलं, हा झोपला.

तेवढ्यात अगदी हळू आवाजात प्रश्न : "मग तो वाघ उपाशीच राहिला?"

बाप रे! आता कुणाचीही हत्या न होऊ देता ह्या वाघाला खाऊ काय घालावं? काहीही झालं तरी वाघ गवत खाणार नाही. फळं खाणार नाही. दूध पिणार नाही. काय खाईल तो? त्यानं खाल्लं हे पाहिजेच. उपाशी कसा झोपणार? माझ्यापुढे मोठा प्रश्न!

काय? काय? काय?

दोन-तीन मिनिटं शांतता. एकदम सुचलं. तपशील चुकीचा, पण गोष्टीत खपून जाण्याजोगा. हळू आवाजात म्हणालो, "छे! उपाशी कसा राहील? तो गेला आणि एका झुडुपाला मोठं मधाचं पोवळं त्याला दिसलं. सगळ्या मधमाशा मध गोळा करायला जंगलात गेल्या होत्या. वाघानं पंजानं ते पोळं ओढून घेतलं आणि पोटभर मध खाल्ला. बरं का बाबा!"

नो रिस्पॉन्स! वासराला झोप लागली होती.

चला, सुटलो!

■

१०

आळ!

गाव-वेशीत येताळबाभोवती रोवलेले पांढरे दगड दिसावेत, तशी पंचमंडळी दिसत होती. बाजूला जानकी अवघडून बसली होती. पोटातल्या ओझ्यानं तिला धड सावरून बसताही येत नव्हतं. अंगाला घाम सुटला होता. छाती धडधडत होती. डोळ्यांतून वरचेवर घळघळा पाणी येत होते. ह्या धरित्री आईनं आता आपल्याला पोटात घ्यावं, म्हणून तिचा आतल्या आत आकान्त चालू होता.

दिवस मावळून उशीर झाला होता. समोरच्या मारुतीच्या देवळातला दिवा ढणाढणा जळत होता. शेंदूर लावून तांबडीलाल झालेली मारुतीची मूर्ती हात उगारून उभी होती. डोक्यावरून पाकोळ्या फडफडत होत्या.

शांतता सगळ्यांनाच नकोशी झाली. महाबळतात्या मोठ्यांदा खाकरले. त्यांच्या मानेवर बेलफळाएवढं आवाळू होतं. त्यामुळे त्यांना नेहमीच मान खाली घालून बोलावं लागे. कडदरून त्यांनी म्हटलं, ''बाई, तू आता नाव सांग आन् आमा सगळ्यांना मोकळं कर; तूबी मोकळी हो.''

ह्यासरशी जानकांचा दाबलेला हुंदका उमाळ्यानं बाहेर पडला. तिचं सगळं अंग गदगदू लागलं.

''रडण्यावरनं काय समजावं आम्ही? झालेली गोष्ट रडण्या-भेकण्यानं सरन्यासारखी हाये का? हा गावच्या अब्रूचा सवाल हाये. असंच जर काहीबाही घडू लागलं, तर उद्या आजूबाजूच्या गावातली लोकं ह्या पानखेडात पोरगी द्यायला राजी राहनार नाहीत. म्हणून सगळ्या गावच्या कल्याणासाठी झाल्या गोष्टीचा छडा आम्हा पंचांना लावला पायजे. तू आता घडाघडा बोल. खरं काय ते आम्हाला कळू दे. मग इलाज काय करायचा, तुझी जोखीम कुनावर टाकायची, हे दहा जणांच्या इचारानं ठरंल.''

पंचांपैकी बहुतेक जण साठीच्या आसपासचे, काही पुढचे असे होते. गावगाडा कसा चालतो आणि कसा ढकलावा लागतो, हे त्यांना चांगलं ठाऊक होतं. एवढं बोलल्यावर नारोजी पाटील बोलायला लागले. त्यांचा आवाज बसून आता बरीच वर्षं झालेली होती. कोणीतरी अदावतीने शेंदूर खाऊ घातल्यामुळे त्यांचा आवाज बसला, अशी गावात बोलवा होती. रुईच्या जाड पानाची चिलीम स्वत:च्या हातानं तयार करून पाटील जेव्हा-तेव्हा कडक तंबाखू ओढत. त्यामुळे हा वास सतत त्यांच्याबरोबर असे. चांगले नाकवाला

माणूस पाटील आता इथून गेले, हे नुसत्या मागं रेंगाळणाऱ्या तंबाखूच्या वासावरून सांगे. त्यांचं पागोटं आणि नेसूचं धोतर ह्याचा नेहमी गळाठा झालेला असे. त्यामुळे कोणत्याही कामात गळाठा झाला की लोक म्हणत, "नारोजी पाटलावाणी हा सगळा गळाठा झाला गड्याहो!"

अंगानं काटकोळे असलेले पाटील हात नाचवीत बसक्या आवाजात ओरडले, "अगं, सांगायला काय भ्या हाये तुला?

"आता आम्ही जोखीम पत्करलीय ना? कोण राजाचा लेक असला, तरी त्याला बोलावून घेऊ आनी तुझ्या पोटापान्याची, लुगडं-चोळीची, पोटातल्या बाळकाची सगळी सोय लावून देऊ. तू बेधडक नाव सांग. अजिबात घाबरू नकोस."

ह्यावर जानकानं पदरानं डोळे पुसले. नाक पुसलं. तिच्या तोंडातनं शब्द काही निघाला नाही.

"बरं, पयलं हे सांग, परगावचा हाये का ह्याच गावातला?"

तरी जानका काही बोलली नाही.

"तू बोलली नाहीस, तर आमी तपास कसा करावा? तुजी सोय कशी करावी? अगं, इटंबना होतीये, ती तुझी का गावची? बरं, तुज्या मुखातनं शब्द निगाला नाही, तर आम्ही गावगप्पा खऱ्या धरायच्या का?"

आबानाना इतका वेळ गप्प होते. त्यांना एकाएकी पोरीची फार कणव आली. मऊ शब्दांत आजाऱ्याशी बोलावं तसं ते बोलले, "बोल बाई, आमच्या लेकीसारखी तू! आम्हापासनं काय चोरून ठेवतीस? आन् चोरून जाशील कुनाकडं? आम्ही नाही पाठीशी घातली, तर कोण पाठीशी घालंल तुला? ना आई ना बा, आभाळातनं पडली आन् धरतीनं जोजवली, अशी तू! हे काय करून बसलीस?" मग मात्र कापऱ्या, किणकिण आवाजात जानका बोलली, "नाना, मी नाव बोलले, तर खरं कोण धरंल?"

"अगं, खऱ्याखोट्याचं मागनं बघू. आधी नाव तरी घे."

"परगावचे आहेत."

"असू दे."

"माझं सांगनं तुमी खरं धरणार नाही."

"आधी सांग तरी."

आता घरोघरी दिवेलागण झाली होती. चुली पेटल्या होत्या. मघा संध्याकाळी हंबरणारी गाई-वासरं शांत होऊन दावणीशी बसली होती. शेजारीच असलेल्या निंबाच्या डहाळ्या वाऱ्यानं डोलत होत्या. निंबाची काळी नक्षीदार सावली जानकाला झाकून टाकत होती.

मग आणखी एक पंच हडसून-खडसून बोलले, "सांगितल्याशिवाय तुझी

सुटका नाही पोरी. माणसांना भुका लागल्यात. अजून किती घोळ घालणार आहेस तू? आज मध्यरात्र झाली तरी आम्ही उठणार न्हाई. तू उपाशी, आम्ही उपाशी. तू आपली सांगून मोकळी हो बगू!''

''कशी हो सांगू?''

''परगावचा हाय म्हणालीस ना?''

''व्हय, आपल्या शेजारच्या गावचा.''

''चिंचवडाचा काय?''

''हूं.''

''कोन? नाव काय?''

जानकाला सगळं प्राणसंकट पडलं होतं. मोठ्यांदा आकान्त करावा, जमिनीवर घालून घ्यावं, नाहीतर नदीच्या डोहात जाऊन उडी घ्यावी, असं तिला वाटत होतं.

हुंदका दाटत होता, तो गिळत-गिळत ती बोलली, ''भजन करतात ते बोवा!''

एवढं सांगून तिनं नावाचा उच्चार केला आणि एकदम फाड्कन कानसुलात बसावी तशी सगळी सभा चकित झाली. काय बोलावं, हे कुणाला कळेना.

गळ्यात पंढरीची माळ असलेले पांडाआबा फार कावले. एकदम उखळीचा वार व्हावा तसं ते ओरडून बोलले, ''काय जिभंला हाड हाय का तुझ्या? वाटंल ते बोलतीस? कुणा चंडाळाचं पाप लपविण्यासाठी देवमानसावर आळ घालतीस? माझी पोटची लेक अशी बोलती, तर टकुऱ्यात धोंडा घालून तिचा जीव घेतला असता मी.''

''अरं, पर ही पोर खोटं कशापायी सांगंल? तीबी अस्राप पोर हाय. आपन तिला भोंगळी हिंडत हुती तवापासनं बघतोय. इतकं आढंवेढं घिऊन आखरीला तिनं नाव घेतलं. तशी शिंदळच असती मुळात, तर फटदिशी आधीच नाव घिऊन मोकळी झाली असती. सांगू का नको, सांगू का नको असं का बरं करत बसली असती? काई इचार करा की!''

''पन मी म्हणतो, नदरं तरी कुठं पडले बोवा हिच्या सटवाईच्या?''

''अहो, असं काय करता? गाव प्रेमानं एकादशीला, ह्याला-त्याला आवतणं देतंय बोवांना. भजनाची नादी माणसं हायेत आपल्यातली, ती भजन घडवून आणत्यात त्यांचं. ओढ्याकाठच्या देवळात मुक्काम असतोय. मानसं, बायाबापड्या दर्शन घ्याला जात्यात, परसादाला जात्यात. हीबी तशी जात आसंल. कुनी नेम सांगावा?''

''हे बगा, आता आपन रिकामा काथ्या कुटून काई उपेग नाही. येऊ द्या बोवांना. आपण समक्ष रुजवातच करू. खोटं असलं, तर ती म्होरंच येनार न्हाई.''

''हे काय बोलणं झालं काय? चांगल्या मानसावर हे असलं किटाळ घालायचं?

ह्येची थोडी लाज आपल्यालाबी वाटावी का नको? मी सांगतो तुमाला, ह्यो अविचार होतोय. जनलोक थुंकतील आपल्या तोंडावर. म्हनतील, ह्या म्हाताऱ्या गाढवास्नी काई थोडा इचार असूने का? ह्यांचं ह्येंना कळूने का? ह्येंची पायरी कोंची?''

''आपला काई दोस न्हाई आबा. ह्यो कज्जा हाय. कज्जा चालवायचा म्हंजे कुन्नी पंचहत्यारीबी असलं, तरी गावकीपुढं त्यानं आलं पायजे.''

''बरं, बोवा येनार हायेत हितं का आपण सांगावा धाडायचा?''

''धाडू या की! म्हनायचं, नगरीनं आठवन काढलीया. आपन चार घंटे सवड काढून यावं.''

''ठरलं. उठू का आता आमी? हाय का परवानगी?''

एवढी बोलणी होऊन गावपंचायतीची देवळापुढे चाललेली सभा संपली. मंडळी घरोघरी गेली. त्यांच्या बैठकीच्या जागा उबल्या होत्या, त्या वाऱ्यानं पुन्हा थंड झाल्या.

बोवांनी आजपर्यंत लोकनिंदा पुष्कळ सोसली होती, पण अलीकडे भाविक लोक त्यांना मानू लागले होते. पानखेड गावी त्यांचं जाणं-येणं अलीकडंच चालू झालं होतं. गाव लहानच होतं; अगदी वाडीवजा. ओढा मोठा होता. त्याच्या डोहाशेजारी दाट झाडी होती. त्या झाडीत जुनंपुराणं असं दगडी देऊळ होतं. बोवांना ह्या ठिकाणी एकान्त मिळायचा. आजूबाजूला उंबराची बरीच झाडं होती. दोन मोठे पिंपळ होते. एक बराच विस्तार असलेला वड होता. ह्या गर्द झाडीत साळुंख्या मंजूळ बोलत असत. मोर हाका देत असत. वटवाघळं, वानरं ह्यांनी गजबजलेल्या ह्या उत्तम जागी बसून नामस्मरण करणं ह्यात बोवांना आनंद होता.

गावच्या हाटासाठी पानखेडाहून आलेल्या कोण्या गावकऱ्यानं आवर्जून निरोप सांगितला. दुसऱ्याच दिवशी भल्या सकाळी कमरेला उपरणं बांधून बोवांनी चिपळी अन् वीणा उचलली आणि पानखेडची वाट धरली. मनोमनी विठ्ठलनामाचा गजर करीत, पाखरांचे बोल ऐकत, राघूच्या थव्याची भरारी पाहत, उगवत्या नारायणाला नमस्कार करून उघड्या रानातल्या पिकांनी सुगंधित झालेला वारा अंगावर घेत बोवा गावकऱ्यांच्या अजून न्याहाऱ्या उरकल्या नाहीत तोवर पानखेडी आले. आपल्या नेहमीच्या ठिकाणी जाऊन उंबराच्या एका प्रशस्त झाडाखाली बसले.

बोवा आले, ही वार्ता कळताच सगळे पंच गोळा झाले. जानकाला पुन्हा बोलावणं आलं. रामराम झाला. गावपंचायतीचे ठळक-ठळक लोक बघूनही काही विशेष वेगळा प्रकार असावा, हे काही बोवांच्या ध्यानी आलं नाही.

विचारपूस, हिकडची-तिकडची बोलणी झाल्यावर पाटील बोलले, ''बोवा, ही पोर वळखीची आहे का?''

कपाळाला कुंकू नाही. त्या जागी फक्त हिरवं गोंदण. तोंड पार उतरून गेलेलं. अंगावर कसलंतरी रकटं, रडून-रडून डोळे सुजलेले अशी जानका अवघडून बसलेली बोवांनी पाहिली. कोणीही बघणाऱ्याला करुणा यावी अशीच ती दिसत होती. व्याकूळ नजरेनं तिनं बोवांकडे बघितलं. ह्या अभागी स्त्रीवर काहीतरी विलक्षण प्रसंग कोसळला असावा, याची जाणीव बोवांना झाली. माणसाची दारुण परिस्थिती बोवांच्या नित्याचीच परिचयाची होती. ही ओळखीची नाही कशी?

बोवांनी काही न बोलता मान डोलावली.

"आहे? वळखता हिला?"

बोवांनी पुन्हा होकारार्थी मान डोलावली. पाटील थक्क झाले. म्हणाले, "मग अवघड झालं सगळं!"

बाकी पंच म्हणाले, "असं मोघम का बोलता पाटील, नीट सगळा खुलासा करा. हा कज्जा आहे."

पाटलांनी मग खुलासा केला – "हिचा दाल्ला गेला, त्याला काईतरी सा-आठ वर्सं झाली. मग सासरचं घर सोडून ही म्हायेराला आली आनि मावशीच्या आधारानं ऱ्हायली. मोलमजुरी करून, शेरडंकरडं पाळून ऱ्हायली. कुनाचं एक नाही, कुनाचं दोन नाही अशी ऱ्हात होती. वागणूक चांगली. पन अलीकडंच गावात कुजबुज झाली. पंचायतीकडं तक्रार आली. खरं-खोटं काय ते कळावं, म्हणून आमी परत्यक्ष हिला बोलावली आन् खोदून इचारलं. बोलायला तयार नव्हती. आता ही नवरा गेल्याली गर्भिणी झाली! तर हिच्या पोटातल्या बालकाचा पिता कोन?"

एवढं बोलून पाटील गप्प राहिला. खुल्लमखुल्ला विचारणं कठीणच होतं. ते सगळं अवघडलेलं वातावरण बोवांच्या ध्यानी आलं. पण ते शांत होते.

मग आबानानांनी घडा केला. सावकाशपणे बळ गोळा करून बोलले, "ही तुमचं नाव घेती. काय आक्रीत हे! म्हटलं, तुमासमोर उभी करावी, म्हंजे समक्ष रुजवात होईल. खरं काय खोटं काय, कळंल. त्यासाठी आपल्याला तसदी दिली."

बोवा काही क्षण गप्प झाले. त्यांनी वर आभाळाकडे पाहिलं. खाली धरित्रीकडे पाहिलं. दोन्ही हातांनी टाळी मिटली. मग स्पष्ट म्हणाले, "घडू नये ते घडलं आहे. आता तिची विटंबना नको. आपण म्हणाल ते प्रायश्चित्त मी घेईन."

हे ऐकताच पंचमंडळी अवाक् झाली. कुणालाच काही बोलणं सुधरेना. चुळबुळ चुळबुळ सुरू झाली. चकित डोळ्यांनी जानका चौफेर बघू लागली. मग पंच म्हणाले, "आमचं म्हणणं एवढंच, तिला आधार पायजे. वाऱ्यावर सोडलं, असं व्हायला नको. पहिली गोष्ट म्हंजे, पोटाची सोय काय?"

बोवा म्हणाले, "मी काळजी घेईन. मला जे मिळेल, शेतातलं धान्य येईल, त्यातलं हिला देईन."

"बरं, हिनं राह्यचं कुठं? उद्या हिला अशी बघून बायका-पोरं, ढोरं येड्या मानसाच्या मागं लागावीत तशी हिच्या मागं लागतील. परतेकाला ती कुठं समजावून सांगंल की, असं नव्हे, असं झालं?"

बोवा म्हणाले, "माझ्या घरी राहील."

त्यासरशी आकान्त करून जानका टिटवीसारखी ओरडली, म्हणाली, "नका हो नका. माझ्या छपराखाली हाये, तितंच राहीन."

आबानानांनी विचारलं, "बोवा, अवघड झालं हे. घर, प्रपंच, देवधर्म सांबाळून ह्यो धोंडा आणि कसा उरावर झेपंल तुमच्या!"

बोवा हात जोडून कपाळाला टेकवीत म्हणाले, "पांडुरंग हरी!"

आता सगळा कज्जाच मिटला होता. बोवांनी जानकाची जोखीम पत्करली होती. पंच सांगतील ती शिक्षा भोगायचीही त्यांची तयारी होती; पण पंच एकमुखाने बोलले, "आमची शिक्षा काई नाई." मग पाटील जानकाला म्हणाले, "अगं ये पोरी, आता डोळे वर करून बघ. काही चोरून ठेवू नकोस. इचारलं कुनी, तर ठणकावून खरी गोष्ट सांग. आता त्या पोटातल्या बालकाची नीट पाळणूक कर. काय?"

तरी तिची मान खालीच.

सगळ्या पंचांनी विचारलं, "मग सरलं नव्हं तुजं? काय तक्रार नाही." पंचांनी असं विचारताच जानकाला रडण्याचा फार मोठा उमाळा आला. बांध फुटावा आणि धोदाट पाणी वाहावं, तसं झालं.

लाजलज्जा सोडून तिनं डोईवरचा पदर काढून बोवांसह सगळ्या पंचांसमोर पसरला. ती म्हणाली, "अहो, तुमी सर्वे माझे मायबाप! माझी चंडाळणीची चूक झाली. बोवांचं नाव मी घेतलं, मी नर्कात जाईन. खोटं, खोटं हो ते! मी रांडनं खोटं सांगितलं. माज्या तोंडावर तुम्ही थुंका. माझी धिंड काढा गावातनं!"

तिचा उमाळा ओसरला. तिला म्हणायचं होतं, ते म्हणून झालं. डोळे मिटून सगळं ऐकत राहिलेले बोवा कळवळून बोलले, "माझे माय, आता तुला कोण गं सांभाळील?"

पांडाआबांना काही राहावलं नाही. जागचे उठून ते पुढे झाले. बोवांपुढे अंगभर दंडवत घालून म्हणाले, "बोवा, आम्ही लोकांनी तुमचा अंत बघितला. आधी आम्हाला जोडं हाना!"

पाटील दातओठ खाऊन जानकाला बोलले, "अगं बया, आतातरी खरं नाव सांगशील का गप्पच ऱ्हाशील?"

जानका रडत-भेकत म्हणाली, "चलपत्या, चलपत्या. त्यानं मला धाक घातला. माझा गळा कापला. म्हणाला, "तुजं टुकडं करंन कोयत्यानं, माजं नाव घेशील तर!" मी इचारलं, "अरं, मग काय करू?" तर म्हणाला, "बोवाचं नाव

घे.'' मी जिवाला भ्याले आणि चलपत्याचं ऐकलं. माझी जीभ ओढून बाहेर काढा. मी देवमानसाला डाग लावला!''

पंच म्हणाले, ''बरं-बरं. आता रडू नगंस. आमी चलपत्याकडे बगू.''

मग सगळे जण आळीपाळीनं बोवाच्या पायाला हात लावू लागले. कुणाला भडभडून आलं. बोवा म्हणाले, ''तुम्हाकडं दोष घेऊ नका. पांडुरंगानं माझी परीक्षा बघितली!''

आबानानांनी विचारलं, ''बोवा, काही इटाळ नव्हता, तर ही अदावत आपण अंगावर का घेतली? आम्हाला का खेटरलं न्हाई? ह्या बयेला का खेटरलं न्हाई?''

बोवा म्हणाले, ''मला करुणा आली! मी नाही म्हणालो असतो, तर ह्या माऊलीची तुम्ही काय दशा केली असती! तिची किती विटंबना झाली असती!''

''बोवा, धन्य तुमची!''

बोवा हात जोडून बोलले, ''ह्या लेकराची आता सोय करा! त्याला पदराखाली घ्या!''

लोक म्हणाले, ''घेऊ. आम्ही पत्करलं तिचं. ती सगळ्या गावाची लेक आहे. लेक म्हणून तिला साडी-चोळी करू.''

बोवा म्हणाले, ''बरं आहे. मला आता घटकाभर निवान्त बसू द्या.''

लोक हळूहळू पांगले. आबानाना जानकाला धरून घेऊन गेले. जानका गेली. लोक गेले. ओढ्याचं पाणी तेवढं खळखळ वाजत राहिलं. बोवांनी डोळे मिटले. थंड मनाने ते एकटे बसून राहिले. पुढ्यात चिमण्या नाचू लागल्या. कणदाणे टिपू लागल्या.

■

११

भेळ ओली-सुकी

पुष्ट जनावराच्या पाठीवर गोम असावी, तशी शहरात ताम्हणे गल्ली होती. 'हुतात्मा सोनू साळी रोड' असे नाव असलेल्या लांबच लांब अशा डांबरी रस्त्याला अगदी संपता-संपता ती फुटली होती; आंब्याच्या खोडाला बांडगूळ फुटावे तशी. सांडपाण्याच्या ओघळासारखा गल्लीतला रस्ता कसाही उताराकडे जात-जात केंजळाने, शेवाळ्याने, घाण-कचऱ्याने भरलेल्या भल्या-थोरल्या तळ्यापाशी संपत होता, त्या जागी म्युनिसिपालटीने बांधलेले सार्वजनिक संडास होते.

रस्त्याच्या दोन्ही बाजूंना पायाशी वाहती गटारे घेऊन पंचवीस-तीस कौलारू घरे उभी होती. बहुतेक घरे बैठी होती. चार-दोन माड्या होत्या. एक नागू शिंप्याची, एक भरमाप्पा पहिलवानाची, एक लिप्टन कांबळ्याची आणि एक खंडू चिताऱ्याची. नागू शिंप्याच्या बापाने कधी काळी मिलिटरीची कंत्राटे मिळविली होती. भरमू पहिलवानाला त्याच्या सासूकडून पैशाचे गठळे मिळाले होते. लिप्टन कांबळ्याने चहाचे दुकान टाकून पैसा मिळविला होता आणि खंडू चिताऱ्याने शिवाजीचे लहान-लहान पुतळे विकून माडी बांधली होती. या लोकांशिवाय गल्लीतील इतर लोकांच्या नशिबी माड्या नव्हत्या. वाडवडिलांनी बांधलेल्या जुन्या, अंधाऱ्या घरांतून ते राहत होते. विशेष म्हणजे, ताम्हणे गल्लीत पुरुषांपेक्षा बाया जास्ती होत्या. लहान पोरेही फार नव्हती. हरेक घरात तीन-चार, तीन-चार बायका होत्या. रंडक्या बहिणी होत्या. नवऱ्याने टाकलेल्या मुली होत्या. एका-एका पुरुषाच्या दोन-तीन बायका होत्या. आणखीही काहीबाही होते. एकूण गल्लीत बायकांची संख्या जास्ती होती, हे खरे.

गल्ली तशी मवाळ होती. कधी सुरामारी नाही, घरफोडी नाही, आग नाही, मारामारी नाही. नेहमी शांतता असे. निवान्त वेळ असे. सकाळी पुरुषमाणसे कामाधामाला जात, पोरेसोरे शाळेत जात. बायामाणसांचे कामधाम एकवार उरकले की, दुपारपासून संध्याकाळपर्यंत वेळ कसा तळ्यातल्या शेवाळ्यासारखा जागच्या जागी पसरून राही. भटकी कुत्री शेपट्या चावत सावलीला पडून असत. संतुष्ट कोंबड्या माती उकरून त्यात ढिगासारख्या बसून राहत.

अशा वेळी शामू ताम्हण्याची आठवण पुष्कळ बायांना होई. 'हा मुडदा शामू गेला तरी कुठे?' म्हणून उंबऱ्यात बसून त्या वाकून-वाकून रस्ता बघत. रस्त्याने जाता-जाता शामू कुठे दिसला,

तर त्याला हाक मारून घटकाभर जिवाची करमणूक त्यांना करून घ्यावयाची असे.

अंगात बाह्यांचा गंजिफरास आणि कमरेला लोंबती खाकी चड्डी घातलेला शामू चालताना डुगडुगत चाले. त्याच्या पायाच्या सांध्याचे, खांद्याचे, मानेचे खिळे कधी आवळलेले नसत. गल्लीतल्या रस्त्याने चालताना तो सारखा इकडे-तिकडे बघत असे. खाऊन-पिऊन बरे असलेल्या गाढवाच्या ओठात दोन्ही कोपऱ्यांना असते, तसले हसू शामूच्या जिवणीतही असे आणि डोळ्यांत, चेहऱ्यावर भाव असा की, आताच रस्त्यावरून येताना त्याला रुपया सापडला आहे.

एखाद्या घरातून बायकी हाक येई, ''ये की रे शामू, घटकाभर बसायला!''

शामू आवाजाच्या दिशेने पटकन् बघून घेई आणि पुन्हा विजेच्या खांबाकडे किंवा रस्त्यात मध्येच बसलेल्या कुत्र्याकडे बघून म्हणे, ''नाही, जातो की आता.''

''कुठं जातोस? ये, जाशील सावकाश.''

मिनिटभर जागच्या जागी शामू गहन विचारात गढल्यासारखा उभा राही आणि लगेच त्याचा निश्चय होई. हाक मारलेल्या घरात तो येई. बैस म्हणताच दोन पायांवर बसे.

दारात खेळ करणारे माकड बघावे तशा शेजाऱ्यापाजाऱ्या बायका कोंडाळे करून शामूकडे बघत.

शामूच्या जवळ नि:संकोचपणे सरकून गोरी शिंपीण विचारी, ''जेवलास का?''

घुटका गिळून शामू उत्तर देई, ''होय.''

''काय खाल्लंस?''

''गवारीच्या शेंगांची भाजी केली होती, दोन भाकरी टाकल्या होत्या. हिरव्या मिरच्यांची चटणी होती.''

''ताक तरी नेऊनेस का द्वाडा मला मागून?''

गळ्याची घाटी दिसेपर्यंत शामू वर आढ्याकडे पाही. त्याचा चेहरा अपराधी होई. काय विचारले, त्याचा अर्थ पार पिऊन पोटाच्या तळाशी गेल्यावर म्हणे, ''मला हो काय ठाऊक? आता उद्या नेईन.''

बायकांना अगदी कौतुक वाटे. शामूचे बोलणे, बसणे सगळेच त्यांना कसे गमतीदार वाटे. त्या सारख्या डोळे मिटून आणि तोंड बाजूला करून-करून हसत राहात.

साऱ्या गल्लीत घट्ट काळजाची म्हणून माहीत असलेली पहिलवानाची तंगू शामूचा उभा गुडघा हलवून म्हणे, ''जवानी चालली शामू. किती दिवस मोकळा ऱ्हातोस असा? हातानं करून खातोस. बायकू बघून देऊ का तुला?''

या प्रश्नावर शामूचे डोळे पटापट उघडझाप करीत. त्याचा खालचा ओठ बाहेर पडे. दोन्ही हातांनी पावले चोळीत तो बाजूला बघे.

तंगू त्याचा खांदा ढकलून पुन्हा म्हणे, ''लाजतोस काय मुडद्या पोरीसारखा? बोल की!''

सगळ्या बायका खुळखुळा वाजल्यासारख्या हसत आणि शामू वारा सोडलेल्या फुग्यासारखा आकसून लहान होई. त्याच्या तोंडाला चळ्ळकन पाणी सुटे. दोन मिटक्या मारून तो अवसान गोळा करी आणि म्हणे, "घ्या पुढाकार आणि लावा की माझे सरळ एकदा! तुम्ही मनावर घेतल्यावर उशीर आहे का? माझं बघायला उलट कोण आहे?"

यावर शिंपीण म्हणे, "अगं, खरंच आपण मनावर घेऊन त्याला एकदा उजवू या. हां?"

बायका 'हो-हो' म्हणून माना डोलावत. शामूचे लग्न लावून देण्याची कल्पना त्यांना फार पसंत पडे. बाहुला-बाहुलीचे लग्न लावू या, असे ठरल्यावर पोरी हरकून जाव्यात तशा गल्लीतल्या बायका हरकून जात.

शामू एकीकडे हरकून जाई आणि एकीकडे हवालदिल होई. लहान पोराच्या हातात सापडलेल्या कुत्र्याच्या गरीब पिलासारखी त्याची अवस्था होई. बायांच्या मायेनेच त्याचे हाल होत. अंग झडझडून तो उभा राही आणि घाईने म्हणे, "जातो."

"कुठं जातोस? माहीत आहेस मोठ्या कामाचा आहेस ते. बैस!" असे म्हणून एखादी बाई त्याचा हात ओढून बसवू पाही. एकीने धीटपणा केल्यावर दुसरी कोणी त्याची चड्डी ओढून म्हणे, "थांब की शामू! चार जणींचं मन मोडूने; कधी कळावं तरी तुला?"

मग कांबळ्याच्या पोक्त मामींना संकोच वाटे. "अगं ये आक्कू, जाऊ दे त्याला. का खेळ करताय गरिबाचा? सोडा!"

ही संधी साधून कुत्र्याचे पिलू शेपूट घालून पळते, तसा बायकांच्या घोळक्यातून शामू बाहेर पळे.

आई-बापावेगळ्या शामूवर गल्लीतील बाया फार माया करीत. गल्लीत आलेल्या धीट गुणी वानरावर करावी, तशी. सणासुदीला त्याला जेवू घालत.

रुपया-आठ आणे वर्गणी करून त्याला धंद्याला भांडवल देत. फुगे वीक, रिबिनी वीक, बांगड्या वीक असा रोजी एक वेगळा धंदा शामू करी. त्यात त्याच्या रुपयाचे नेहमीच बारा आणे होत. दर महिना-दोन महिन्यांनी शामू बेकार होई. त्याच्या खाकी चड्डीचे खिसे रिकामे होत. घरातली शेगडी थंड होई. बाहेरचा धंदा बुडल्यावर शामू लगेच परोपकाराचा आपला मूळ धंदा सुरू करी. शिंपिणीचे दळण गिरणीतून दळून आणी. तंगूला नळावरचे पाणी भरू लागे. लिप्टन कांबळ्याचे कपडे परटाकडे टाकून ते इस्त्री करून आणून देई. भरमू पैलवानाचे पाय तासभर रगडून देई. या काळात तर गल्लीतील बायकांची शामूवरची माया अगदी उतू जाई. काहीही करून या मुडद्याचे लग्न सरळ लावून दिलेच पाहिजे, असे त्यांना वाटे.

मग शिंपिणीने एकवार खरोखरीच मनावर घेतले. शामूसाठी ती न्हातीधुती

पोरगी बघू लागली. आल्या-गेल्याला विचारू लागली. ठिकठिकाणी कार्ड-पाकिटे पाठवू लागली. शिंपिणीने इतके मनावर घेतल्यावर गल्लीतील बायकांतही चढाओढ लागली. या शामूचे रांगेला कसे लागत नाही, तेच बघू दे, असे म्हणून त्याही नवरी शोधण्याच्या मागे लागल्या.

खरेतर नवरी चालूनच आली. गल्लीतील आक्कू पवारणीकडे दहा-बारा म्हशी होत्या. त्यांची देखभाल करण्यासाठी संभूवाडीची एक विधवा बाई आक्कूच्या नवऱ्याने नुकतीच आणली होती. या बाईकडे पाहुणी म्हणून एक पोरगी आली.

चार दिवस ती आक्कूच्या गोठ्यात हिंडली-फिरली. पोरगी नाकी-डोळी धड होती. रंगाने काळी, अंगाने धडधाकट; पण निबर होती. पण गड्याच्या बरोबरीने काम करणारी, चुरूचुरू बोलणारी आणि तशी घट होती. आक्कूने निरखून पाहिले, तेव्हा तिच्या गळ्यात काळी पोत दिसली नाही.

मग आक्कूने चौकशी केली, "तानीबाई, पावणी कुठली?"

"हाय आमच्या गावची, भाऊपण्यातलीच."

"लगीनबिगीन?"

"न्हाईच की हो अजून!"

"का बरं?"

"कुणी बघायला नाही. आई नाही, बाप नाही. भाऊ आहेत, पण पुसत नाहीत. गावात मोलमजुरी करती आणि पोट भरती. हितं काम बघायला आलीये. बघा कुठं धुणंभांड्याची चार कामं मिळाली तर!"

आक्कूने ही पोरगी शिंपिणीला दाखवली. शिंपिणीला मनोमन वाटले, 'पोरगी काही धड गुणाची दिसत नाही. वागण्या-बोलण्यात हिचे लक्षण काही नीट दिसत नाही, पण नाही तरी रूपागुणाची, लाख मोलाची पोरगी शामूला कशी मिळणार; आणि मिळाली तरी ते ध्यान ती कशी सांभाळणार? ही बरी आहे, गरजू आहे. केरवारा करील. चार भाकडी बडवून घालील. दुखले-खुपले बघील. चार पैसेही कमवून संसारात घालील. बरी आहे.'

शिंपिणीने शामूला घरी बोलावले. शामू डुगडुगत आला. घडीची खुर्ची मिटावी तसा बसला. शिंपिणीने संभूदाजीच्या लक्ष्मीला बोलावले. ती आक्कूने दिलेले लुगडे नेसून ठाणठाण चालत आली आणि धीटपणे शामूपुढे बसली.

शिंपीण म्हणाली, "शामू, नीट बघ. बायकू पसंत आहे का तुला ही?"

दिव्याच्या खांबाकडे बघावे असे शामूने लक्ष्मीकडे बघितले.

"काही विचारायचं असलं, तर विचार शामू. पारखून घे. पुन्हा तिला बोल लावशील."

शामू ओशाळवाणे हसला आणि शहाण्यासारखे बोलला, "तुम्हाला पसंत

असल्यावर आणि काय बघायचं म्या? तुम्हीच सगळं करणाऱ्या.''

''आणि लक्ष्मी, तुला दाल्ला हाय का हा मनाजोगा?''

लक्ष्मी या वेळी मात्र लाजलाज लाजली. मुरकली. म्हणाली, ''मला नका पुसू.''

मग आक्कू म्हणाली, ''चला, झालं मग! तोंड गोड करा सगळ्यांचं शिंपीणबाई!''

शिंपिणीने पातेलभर चहा केला. चिवडा आणला, तंगूने पेढे आणवले. सगळ्यांची तोंडे गोड झाली. लग्न ठरले!

चांगला मुहूर्त बघून शामूचे लग्न लागले. ताशा-वाजंत्री वाजली. लग्न आपले गरिबीनेच, पण हौसेने, आनंदाने पार पडले. लग्नाचा खर्च गल्लीनेच केला. आहेर म्हणून वस्तू दिल्या, त्यासुद्धा संसाराला उपयोगी अशा. एकीने स्टोव्ह दिला, एकीने तवा दिला, भांडीकुंडी, आरसा-फणी, गादी-चादर सगळे दिले आणि शामूचा संसार उभा केला. कुणीकुणी रोख रकमाही दिल्या.

चार लोक म्हणाले, ताम्हणे गल्लीत फार चांगली एकी आहे. बापड्या शामूचे लग्न लावून देण्यासाठी आक्कूने, शिंपिणीने, तंगूने फार मेहनत घेतली. गरिबाचा घरप्रपंच उभा करून देणे, ही केवढी पुण्याईची गोष्ट आहे! गरिबांबद्दल कणव असल्याशिवाय ही बुद्धी होत नाही. ताम्हणे गल्लीत एकी आहे, गरिबाबद्दल कणव आहे. आपल्या हातून होता होईल तेवढा परोपकार व्हावा, अशी गल्लीतल्या बायकांची बुद्धी आहे.

शामूचा नव्या नवलाईचा संसार सुरू झाला. त्याने आता भेळ विकण्याचा धंदा सुरू केला होता. तो ठीक चालला होता.

दुपारचे दोन वाजले की, घराशेजारच्या झाडाखाली ठेवलेली चौचाकी गाडी शामू ढकलून घरापुढे आणून उभी करी. हातधुलाईचा पांढरा सदरा आणि अर्धी चड्डी असा वेष असे. गाडीवर फडके मारीत तो बायकोला हुकूम सोडी, ''आण गं बरण्या सगळ्या चटाचटा! उशीर होतोय मला.''

ही हाक निम्म्या गल्लीत ऐकू जाई. बायका दारात येऊन उभ्या राहत. शामू आपल्या बायकोला कसा राबवून घेतोय, हे त्यांना बघावयाचे असे.

मग लक्ष्मी भराभर बरण्या आणून देई. ही पिवळ्या शेवेची, ही चपट्या पापडीची, ही मसाल्याची, ही तिखटाची, ही चिंचेच्या पाण्याची.

वाळूत इमला रचल्यासारखी शामू गाडीवर बरण्या रची. हा कार्यक्रम चांगला तासभर चाले. जसजसा वेळ जाई तसतशी शामूची फार धांदल होई. तो बायकोला रागरागाने बोले, बघणाऱ्या बायकांकडे तक्रार सांगे, ''धंद्याला टाइम होतोय.'' असे म्हणे. शामूच्या तोंडून शब्द कधी सरसर येत नसत. तोतऱ्या नळातून पाणी पडावे, तसे त्याचे बोलणे असे.

पार शहराच्या त्या टोकाला जायचे असे. चौकात जवळजवळ पाच सिनेमा थिएटरे होती. साडेतीनला पहिला खेळ सुरू होई. त्या सुमारास कोणत्यातरी एका थिएटराशी जाऊन मोक्याची जागा धरावी लागे.

पायरीवर बसून, घरात उभ्या राहून गल्लीतल्या बायका शामूचे गाडी भरणे बघत. त्याला प्रोत्साहन देत. लक्ष्मीला रागे भरत. त्यांना छान गंमत असे. त्यांनीच तर हा शामू तयार केला होता. हा सगळा खेळ त्यांनीच मांडलेला होता.

गल्लीतली पोरेसोरे शामूच्या गाडीभोवती गर्दी करीत. त्याला जाऊ देत नसत. त्यांना धुत्कारता-धुत्कारता शामू कुणाच्या हातावर चार शेंगदाणे, कुणाच्या हातावर चार चिरमुरे ठेवी आणि एकदाची गाजत-वाजत गाडी मार्गाला लागे. आता शामू रात्रीचा शेवटचा खेळ सोडूनच परत यायचा असे. लक्ष्मी एकटी राही.

तिला सोबत म्हणून तंगू घरी जाई. दोघी एकान्तात बोलत, ''कसा हाय गं नवरा?''

''हायेत की बरे. असं का विचारता?''

''बरा हाय! खरं गं?''

''अगदी खरं.''

तंगूची फार निराशा होई. पुन:पुन्हा ती नाना गोष्टी खोदून विचारी आणि लक्ष्मीकडून हवे ते बाहेर आले नाही म्हणून निराश होई.

''जाते बाई!'' म्हणून गडबडीने उठून शिंपिणीकडे येई आणि तिला एकटी गाठून म्हणे, ''अहो, आपल्याला वाटलं होतं, शामूची बायको तशातली आहे; पण काही दिसत नाही. रमलीये की चांगली आपल्या संसारात!''

शिंपिणीचीही मनातून निराशा होई; पण ती वरवर म्हणे, ''बरं की! न्हाईतर गरिबाचं घर मोडलं असतं, आपल्या करण्याला अपेश आलं असतं.''

मग शिंपिणीनेच एकदा शामूला सुचवले, ''शामू, आता घर केलंस, गृहस्थासारखं वागावं रे! ओळखी-पाळखी कराव्यात. आपल्या वयाची चार माणसं घरी बोलवावीत. सारखं-सारखं दोघंच काय असता मेल्यांनो घरात!''

शामूचा चेहरा फार अपराधी झाला. आपण चार-दोन लोक घरी बोलवीत नाही, ही भलतीच आगळीक करतो, असे त्याला वाटले.

''मामी, आता करीन तुम्ही म्हणता तसं!''

थिएटराच्या अवती-भोवती आणखी भेळवाले होते. त्यातला एक शामूच्या विशेष ओळखीचा होता. केसांवर सारखी फणी मारणारा, चकपक कपडे वापरणारा, हिंदी सिनेमातली गाणी म्हणणारा. त्याचा वरचा एक दात तर सोन्याचा होता. त्याला घेऊन शामू घरी येऊ लागला. चहा-पाणी, गप्पा-गोष्टी होऊ लागल्या. कधीकधी हा भेळवाला शामूच्या माघारीसुद्धा शामूच्या घरात दिसू लागला.

गल्लीतील बायका मजा बघू लागल्या. दोन-एक महिन्यातच लक्ष्मी कुठे निघून गेली. आज येईल, उद्या येईल अशी शामूने वाट बघबघ बघितली, पण ती आली नाही. तो भेळवालाही कुठे दिसला नाही.

शामू पुन्हा एकटाच राहिला. हाताने करून जेवू लागला. एकटाच गाडी भरून थिएटरकडे जाऊ लागला. रात्री बारावर एक वाजता सगळ्या अंगाला भेळेचा वास लावून घेऊन एकटाच गाडी ढकलीत घरी येऊ लागला. गाडी उतरून घेऊन झोपेने पेंगळून भुईवर पडू लागला. सकाळी दहा-दहा वाजेपर्यंत त्याला कोणी जागे करीना.

दर चार-सहा दिवसांनी गल्लीतील बायका विचारू लागल्या, ''का रे शामू, आली का बायकू?''

''न्हाई की अजून!''

''आन् मग रे?''

गंमतच आहे, अशा अर्थी हसून शामू सांगू लागला, ''कसली पळपुटी बायकू करून दिलीत मला!''

''हात द्वाडा! तुला सांभाळायला येत नाही, असं म्हण की!''

''आणि काय सांभाळाची हो? मी काय कमी केलंय तिला? ल्या-नेसायला न्हाई दिलं का खायापियाला नाही दिलं?''

''आता काय दिलंस, ना काय न्हाई दिलंस; कुणाला ठावं!''

''पण आमाला अपेश दिलंस बघ!''

असं ऐकलं की, शामू हवालदिल होई. भेळ विकून राहिलेल्या वेळात पुन्हा परोपकाराचा धंदाही सुरू करी. एक वर्ष हां-हां म्हणता निघून गेले आणि एके दिवशी लक्ष्मी परत आली. तिला घरात बघून गल्लीला वाटले, आता कडाक्याचे भांडण होईल. शामू हिला घरात घेणार नाही, मग आपल्याला तडजोड करून द्यावी लागेल. गरिबाचा संसार पुन्हा उभारावा लागेल; पण काही झाले नाही. शामूला आनंद झाला. तो म्हणाला – ''गेली होती खरं, पण आता माघारी आली, हे पुष्कळ झालं!''

पुन्हा गाडी सजू लागली. थिएटरला जाऊ लागली. एकवार शामूची गाडी गल्लीबाहेर गेली रे गेली की, लक्ष्मी निश्चिन्त होई.

दिवस मावळता-मावळता घराला कुलूप ठोकून ती बाहेर पडे.

गावभर फिरून रात्री दहा-साडेदहाला घरी येई. शामूची वाट बघत जागत राही. लक्ष्मी कुठे जाते आणि काय करते याची चौकशी शामूने कधी केली नाही. तिच्यावर त्याचा विश्वास होता.

आता गल्लीतील बायका पुन्हा वाट बघत आहेत की, लक्ष्मी पुन्हा केव्हा जाते! या करमणुकीचा त्यांना अजून कंटाळा आलेला नाही.

१२

धनाजी

सर्वांनाच हा अनुभव येत असेल, असं म्हणता येत नाही; पण कलागुणांच्या क्षेत्रात जसजसं आपण पुढे पुढे जातो, तसतसे जुने घनिष्ठ मित्रही गळत जातात. काही या जगातून जातात, तर काही आपल्याला सोडून जातात. इतर क्षेत्रांत मात्र हा अनुभव एवढ्या तीव्रतेनं जाणवत नाही. बेचाळीसच्या ऑगस्टच्या चळवळीला आता किती काळ लोटला, पण त्या काळचे मित्र अजूनही उराउरी भेटतात. मध्ये कितीही काळ न भेटता जाऊ दे; त्यांच्या वागण्या-बोलण्यात काही अंतर जाणवत नाही. तोच ओलावा, तीच ऊब, तोच गोडवा पुन:पुन्हा मिळतो. तीच गोष्ट शिकारीत एकत्र काळ काढलेल्या मित्रांचीही! त्यांचं प्रेम तिळमात्र उणं झालेलं जाणवत नाही. रानातले संबंध सतत हिरवेगर्द राहतात!

धनाजी परवा कितीतरी वर्षांनी भेटला. केवळ मला भेटण्यासाठी तो तेरा-चौदा मैल पायपीट करून आला होता. आला, भेटला, बसला, फार मायेनं बोलला. काही कारण नसताना त्याचा गळा दाटून आला आणि डोळेही भरले. हा ना माझ्या जातीचा, ना गोताचा. विचारच केला, तर फार तफावत होती. हा आदिवासी. शिक्षण नाहीच. वयानंही माझ्यापेक्षा बारा-तेरा वर्षांनी मोठा. एकत्रच वागलो असेन, तर ते रानामाळात. एका गावचे रहिवासी आम्ही, पण तो फारसा कधी गाव सोडून बाहेर न गेलेला आणि मी कधीतरी वर्षा-दोन वर्षांनी येऊन गावात महिना-दीड महिना काढणारा. वनविद्येत अनेक गुरू मी केले, त्यांतला एक धनाजी. जनावरांचा माग काढण्यातलं कौशल्य हे त्याच्या उभ्या जातीत रक्तातूनच पिढ्यान् पिढ्या वाहत आलेलं, पण त्यातही धनाजी हजारात उजवा! एकूण वनविद्येत उजवाच, पण माग काढण्यात सर्वांत उजवा! जणू त्या विद्येतलं सगळं कौशल्य वापरून संपवलेलं! जनावरांचे धुळीत लागलेले खूर, पंजे इथे पाहिले, तर ते जनावर कुठेही आणि कितीही दूर गेलेलं असलं, तरी धनाजी अचूक तिथं जाऊन भिडणारच. रात्री-अपरात्री, काट्याकुट्यांतून, अनोळखी रानातून आम्ही अनेकवार अनेक मैल हिंडलो होतो. मिळेल ते खाल्लं होतं, मिळेल त्या ठिकाणी पाणी प्यायलो होतो आणि सापडेल त्या जागी मुरगाळून झोपलो होतो. दोन पायांनी अंतर काटून दोन हृदयं एकत्र येतातच, असं नाही; पण जिवावर बेतलेल्या प्रसंगात एकत्र आली, तर ती हृदयं मात्र भेटकलम केल्यासारखी एकजीव होऊन वाढतात,

हे खरं.

धनाजी आता थकलेला दिसला. त्याच्या डोळ्यांना चाळिशी लागली होती. अंगही टाकलेलं दिसत होतं. दात गेले होते. आवाजही आता खणाणत नव्हता.

"धनाजी, आता वय किती झालं म्हणायचं?"

"सत्तरी गाठली तात्या."

"काही आधीव्याधी?"

"परमेसर किरपेनं अजूनतरी काई न्हाई. मग फुडचं फुडं."

"मला येऊन पंधरा-तीन आठवडे झाले. गावात कुठं दिसला न्हाई?"

"मी लांब गेलो आपल्या शेतात. आता बरं हाय तितं. चार गुरंढोरं, नातू, बायकू. तिकडंच आपलं ऱ्हातू." ह्या बोलण्यात काहीही विषाद नव्हता. धनाजी हा कर्तबगार माणूस होता. बलुता, पण स्वतःच्या कर्तुकीनं शेतकरी झालेला. त्याच्याच जमातीतले इतर सर्व जण अजून तसेच राबत होते. रोजगाराची, अंगमेहनतीची कामं करून रोजची भाकरी रोज मिळवत होते. प्रसंगी उपासतापासही काढत होते. सर्वांचा संसार नाचारगतीत म्हणावा अशा पातळीवर अजूनही होता. अन्न, वस्त्र आणि निवारा मिळविण्यासाठी कष्टणं, ह्यातच आयुष्य खर्ची पडत होतं.

धनाजीचाच भाऊबंद त्याच्याप्रमाणंच माझ्यासोबत रानावनात अनेक वर्षं हिंडलेला. काटक, हुशार, मेहनती. फक्त पान खाण्याचं एकच व्यसन असल्यामुळे त्याचं हसू नेहमी रंगीत असे, असा. धर्मानं वागणारा. रोज अंघोळ केल्याशिवाय हा रानातही काही तोंडात घालायला नकार द्यायचा. श्रावण महिना पाळायचा. पकुर्ड्या, ससा, तितिर, भुरगुंज्या काहीही मिळालं तरी हा म्हणायचा, "मला काही नको, आब्बासला नेऊ द्या घरी."

असा हा सर्वांचा आवडता, भला माणूस फार वय न होता एकाएकी गेला. त्यानं एका संध्याकाळी अंथरुणावर अंग टाकलं, तो पुन्हा उठलाच नाही. मी विचारलं, "कशानं रे गेला?"

तर उत्तर मिळालं, "पोटानं."

आजूबाजूला अशी परिस्थिती असताना धनाजीनं आपली स्थिती सुधारलेली होती आणि तीही केवळ कर्तबगारीनं!

गावापासून मैल-दीड मैल ओढ्याचा काठ धरून वर मावळतीच्या दिशेनं गेलं की, ओढ्याला लागूनच धनाजीचा दोन एकरांचा हिरवा गर्द मळा होता. टुमदार, चित्रातल्यासारखी झोपडी होती. समोर पार होता. त्यावर हिरवागर्द निंब होता. झापाखाली सुरेख बैलजोडी होती. आठ-बारा गावठी कोंबड्या होत्या. जागृतीची आरोळी सर्वांआधी देणारा तुर्रेबाज कोंबडा होता. भाकरीला जागणारा तिखट कुत्रा होता. विहिरीला बरं पाणी होतं आणि धनाजीच्या घामानं तेज चढलेलं पीक कधी

गव्हाचं, कधी कापसाचं, कधी ज्वारीचं, कधी मिरचीचं असं रानात डुलत असे.

बरं-बरं ते आणखी काय असतं? हे सगळं सोडून धनाजी दूर का बरं गेला असावा?

मी विचारलं, ''मग धनाजी, हिकडं मळ्याकडे कोण बघतं?''

''पोरगा कर्ता झाला तात्या आता. पोरगा हाय, बायकू हाय त्येची, बारकी पोरं हायेत. त्येचं ते बगत्यात सर्व.''

अशी बोलाचाली झाली. काही जुन्या शिकारीच्या आठवणी निघाल्या. चार गावकरी जमले होते. त्यांना धनाजीने आम्ही कुरणात हरणाच्या शिकारीला गेलो होतो ती हकिगत रंगवून-रंगवून सांगितली. त्या वेळच्या माझ्या ताकदीचं वर्णन केलं आणि रात्र फार वाढली तेव्हा पांगापांग झाली. रामराम घालून 'बरं, सांभाळून असा' असा निरोप घेऊन धनाजी गेला.

धनाजीची आताची बैलजोडी विकतची होती. ह्याच्या आधी त्याच्याकडे खिलारी जोडी होती, ती घरच्या गाईची. तिनं धनाजीचे पांग फेडले आणि एकामागून एक दोन खोंड दिले. ते जिवापाड मेहनत करून धनाजीनं वाढवले आणि सगळा कुणबाबा त्यांच्या जिवावर उभा केला.

पुढं कर्ता-धरता एकच बैल राहिला. फार थकला होता. त्याच्यानं आता औताची कामं होईनात. वरचेवर बसू लागला. बसला की जागचा उठेना. मग धनाजी म्हणाला, ''अगं, आता ह्याला कामाला लावायला नकू. दावणीला बसूनच खाऊ दे.'' ह्या बैलानं काही दिवस दावणीला बसून खाल्लं. पुढे-पुढे म्हातारपणामुळे त्याला वैरणही चघळता येईना. तेव्हा धनाजी दोन्ही वेळा आपल्या हातानं त्याला ताजी भाकरी चारू लागला.

बैलाचं नाव 'जहागीरदार' होतं. त्याच्यापुढे मांडी घालून धनाजी बसायचा आणि त्याच्याशी बोलायचा. म्हणायचा, ''झ्यागीर, अरं पोटाला खाल्लं पायजे बाबा! तू खाल्लं न्हाईस, तर मला अन्न गोड कसं लागंल? जेवढं जाईल तेवढं का होईना, पन खाईत जा. पानी पीत जा आन् निवान्त बसत जा.''

अशा नाना गोड शब्दांनी आळवण्या-विनवण्या केल्यावर जहागीर भाकरी खाई आणि धनाजीच्या मांडीवर मान ठेवून थकल्या डोळ्यानं धन्याकडे पाही. सकाळ-संध्याकाळ जहागीरला भाकरी घालण्याचा हा सोहळा घटका-दोन घटका चाले.

पुढं-पुढं असं होऊ लागलं की, धनाजीला बाजारहाटाहून यायला वेळ झाला की, धनाजीची बायको, पोरगा भाकरी चारायला गोठ्यात जाऊ लागली; पण हा वेगळा हात, हे वेगळं बोलणं जहागीरला कळे आणि तो भाकरीला तोंड लावत नसे.

हाट करून धनाजी माघारी आला म्हणजे ताटावर बसण्याआधी विचारी, ''जहागीरला भाकरी दिली का रे?''

बायको म्हणे, "मस्त इनवण्या केल्या. आमच्या हातचं तो घेतच न्हाई. माज्या न्हाई, पोराच्या न्हाई. तुमच्याकडनं लाड करून घेतल्याशिवाय त्याला भाकरी जातच न्हाई."

"असं कसं? तुमीबी चार गोड सबुद बोला, आंगा-तोंडावरनं हात फिरवा."

"मस्त फिरविला, पर त्येला तुमीच पायजे."

गोष्ट खरी होती. कुणाच्याही हातून न खाणारा जहागीर धनाजी समोर बसून दहा वाक्यं बोलला की, भाकरी खाई. कधी भाकरी, सणादिवशी पोळी, कधी गव्हाची रोटी.

सकाळ, दुपार, संध्याकाळ ह्या म्हाताऱ्या बैलाचं खाणंपिणं ह्याकडंच धनाजी ध्यान देत राहिला. मग धनाजीनं हाटाला जाणं सोडूनच दिलं. कितीही जरुरीचं काम असलं, तरी तो परगावी जाईनासा झाला. आपली रानातली वस्ती बरी आणि आपण बरं, असं वागणं त्यानं सुरू ठेवलं. म्हातारा बैल आणि धनाजीनं मनोभावानं सुरू ठेवलेली त्याची सेवा हा विषय गावच्या कौतुकाचा झाला. बैल उत्तरोत्तर खंगतच चालला. त्याचं आता भरत आलं होतं, हे धनाजीला कळून चुकलं.

अशातच घडू नये अशी गोष्ट घडली. जागोजागी धनाजीची भावकी होती. त्यापैकी जवळचा एक तरणाताठा पुरुष खरचला आणि खबर आली. गाव लांब होतं. सकाळी जाऊन संध्याकाळी परत येण्याच्या टप्प्यापलीकडचं होतं. त्या लोकांना भेटून येणं, ही गोष्ट चुकविण्यासारखी नव्हती. धनाजीच्या जिवाची उलघाल झाली. दोन दिवस जहागीरनं कुणाच्या हातचं खाल्लं नाही, तर केवढा श्राप सोसावा लागणार होता! उपासपोटी बैल कसा तग काढणार?

वेळच अशी होती की, जाणं भाग होतं. न गेलं, तर मोठा अपवाद येणार होता. भावकीचा राग फार वाईट! मग धनाजीनं मन घट्ट केलं आणि तो परगावी निघाला. त्यानं डोईला पटका बांधला. खांद्यावर धोतर घेतलं. हातात काठी घेतली. पायात वहाणा घातल्या आणि गोठ्याच्या तोंडाशी उभं राहून बैलाला हाक मारली, "ह्यागीर!"

दाराकडं तोंड करून बैल बसला होता. त्यानं तोंड जमिनीवर टेकलं होतं आणि डोळे मिटून घेतले होते. हाक ऐकताच त्यानं डोळे उघडले आणि समोर बघितलं. दारात मालक दिसताच कष्टानं तोंड वर उचललं. कान ताठ केले.

वहाणा काढून धनाजी पुढं झाला. काठी खाली ठेवून बैलाशेजारी मांडी घालून बसला. बैलाचं तोंड दोन्ही हातानं उचलून त्यानं मांडीवर घेतलं. म्हणाला, "ह्यागीर, माझ्या बाबा, आपल्या भावकीत मयत झालंय. मला भेटून आलं पायजे. रीत हाय, ती मोडायला येत न्हाई. मी चालत जात नाही. मोटरनं जातो आन् मागारी येतो. तू दोन दिस आन्न-पानी घरच्या मान्सांकडनं घे. न्हाई म्हणू नकोस बाबा! माजी तुला शिप्पत हाये. घेशील का? उपास न्हाई नव्हं काढायचास? तू लई तर लईच थकला

हायेस. तुज्यानं उपास आता झेपायचा न्हाई.''

असं समजावणीचं बोलून बोलून धनाजीनं बैलाच्या तोंडावरनं वारंवार हात फिरवला. बैलाच्या डोळ्यांतून पाण्याच्या धारा लागल्या, तेव्हा धोतराच्या पदरानं त्याचे डोळे टिपले.

''अरं, नकू रं डोळं गाळूस. मला तुजं म्हननं कळतंय. तुजं आता भरत आलंय. अशा येळंला मी जवळ पायजे, असं तुला वाटतंय. पन बाबा, ही गोष्ट आडवी आलीये, ती कशी डावलावी? न जाऊन कसं चालंल? थोडी कळ काढ. मी माघारी येतूच.''

आणखीही धनाजी बरंच बोलला. त्यानं बैलाचे गुण वारंवार आठवले. त्याचा शांत-समजदार स्वभाव, तोंडाला फेस येईपर्यंत कष्ट करत राहण्याची त्याची नित्याची तयारी, औताला धरलं की, त्यानं आवरलेली रग आणि अवखळपणा!

''अरं, तू माझ्या दारात इस वर्सं नंदीवाणी ऱ्हायलास. तुज्या आशीर्वादानं माझं घर भरलं. तू मला काई कमी पडू दिलं न्हाईस. हातात टोपली घेऊन दारूदार भाकरी मागनारा बयता गडी मी, पर तुज्या जोरावर कुणब्याच्या पदवीला पोचलो. माजं कल्यान झालं!''

बराच वेळ झाला तेव्हा बायको आणि पोरगा दोघंही म्हणू लागले, ''आता उठा म्हणलं, टाइम झाला. पुन्ना यस्टी चुकंल आन् पायी जाण्याची पाळी येईल.''

''नाना, दिवसभर बोलत बसलास, तरी त्या मुक्या जनावराच्या तोंडातनं काय सबुद निघंल का? 'बाबा, तू जाऊन ये. मी नीट राहतो. काई काळजी नकू', असं तो म्हनंल का?''

''व्हय रं, पन मला त्येची समजूत काढली पायजे.''

''काढलीस की! आता ऊठ.''

तरीही धनाजीला उठवेना. शेवटी मांडीवर तोंड ठेवून डोळे मिटलेल्या बैलाला तो म्हणाला, ''बरं का रं, ऐकलंस का, जाऊन येतो हां मी.''

आणि आता तो उठणार एवढ्यात बैलानं डोळे उघडले, पांढरे केले आणि मांडीवरच प्राण सोडला.

धनाजीचा जहागीर बैल मरून गेला.

धनाजी त्या दिवशी परगावी गेला नाही तो नाहीच. त्या मातीला जाण्याऐवजी जहागीरच्या मातीला तो राहिला.

ही सगळी हकिगत गावाला माहीत होती, मला माहीत होती आणि आता म्हातारपणी धनाजी वेगळा राहू लागला होता. त्याला कोणी नव्हतं.

माझा निरोप घेऊन तो निघून गेल्यावर बसलेल्या माणसांपाशी मी चौकशी केली, तर कळलं की, अलीकडं पोराचं आणि बापाचं पटत नव्हतं. पोरगा वारंवार

भांडण उकरून काढू लागला, तेव्हा धनाजी सगळं त्याच्या हवाली करून दूर आपल्या शेतात झोपडी घालून राहू लागला. त्याला आता वर्ष-दीड वर्षं झालं होतं. चार नातवंडांपैकी दोन त्यानं आपल्या जवळ ठेवून घेतली होती. तीही जाऊन-येऊनच होती. एरवी गुरं-ढोरं, शेरडं-करडं सोडली, तर त्या उजाड रानात धनाजीला जवळचं कोणी नव्हतं. मनातनं तो कष्टी असला पाहिजे, पण कुणापाशी बोलत नव्हता. सुख सांगावं दुसऱ्याला, दु:ख ठेवावं आपल्या मनात.

हे सगळं ऐकून मला वाटलं, उद्या जेव्हा ह्याची वेळ येईल, तेव्हा ह्याला मांडी द्यायला कोण पुढे होईल?

■

१३ बाजार

नित्याप्रमाणे रविवारी नदीकाठी जुना बाजार भरला होता. जुने कपडे, जुने फर्निचर, जुनी भांडी, जुनी अवजारे, सायकली आणि त्याचे सुटे पार्ट, खिळेगोळे, बादल्या, पिंपे, ताडपत्र्या, बाटल्या, डबडी, कुलपे, किल्ल्या, छत्र्या, जोडे, गंजलेल्या लोखंडी वस्तूंचे ढीग, फाटक्या-सडक्या कपड्यांचे ढीग. सगळा बाजार म्हणजे जणू प्रचंड मोठा उकिरडा होता. उकिरडे असतात अशाच गलिच्छ जागी तो अस्ताव्यस्त पसरला होता आणि ह्या उकिरड्यात काही बरे सापडते का, म्हणून गोरगरिबांनी गर्दी केली होती. सारखा आवाज होत होता; माणसांच्या बोलण्यांचा, विक्रेत्यांच्या आरोळ्यांचा, नाना परीचा घणघणाट आणि गोंगाट!

सुकी मासळी, सांडपाणी, मैला, घाम यांचा आणि कशाकशाचा कुजट-कुबट वास, गर्दी आणि हालचाल, गोंगाट आणि ओरडा! ऊन सणसणत होते आणि जुना बाजार भराला आला होता.

बाजाराच्या एका अंगाला रेल्वे लाइनच्या कडेला घाण असलेल्या ओल्या जागी कोंबड्यांचा बाजार होता. बाया, माणसे ओळीने बसली होती आणि त्यांच्या पुढ्यात कोंबड्या होत्या. गावठी कोंबड्या, विलायती कोंबड्या, कोंबड्यांची पिले, कोंबडे, तलंगा, बदके. नाना रंगाच्या, नाना जातीच्या कोंबड्या. इथेही दंगा चाललेला होता, पण मालाचा उठाव होत नव्हता. डालग्यातून, दुरड्यातून पाय बांधलेल्या कोंबड्या घाबऱ्या झाल्या होत्या. घशातल्या घशात कुरकुरत होत्या. डोळ्यांची उघडझाप करीत होत्या. पंख फडफडवत होत्या आणि माना काढून चोची वासून इकडे-तिकडे बघत होत्या.

आज बाजार बंद होता. कोंबड्यांना गिऱ्हाईक नव्हते; भावही नव्हता. एकाएकी गलका झाला आणि उंच आवाजात एक बाई गागली –

"अगं बया गं बया! अरं माज्या देवा, आता काय करू गं बया!"

वरचेवर कपाळावर मारून घेऊन हातवारे करीत ही बाई ओरडायला लागली आणि बघता-बघता तिच्याभोवती घोळका जमला. बाजारच्या बायांनी तिच्याभोवती कडे केले. लगोलग पोरे जमली, मोठी-लहान माणसे जमली. काही दिसेना, तेव्हा टाचा उंचावून पोरे बघू लागली. बायांना सारून पोरे आत घुसली.

माणसे जमा झाली, तसा बाईला जास्ती जोर आला. ती चक्क

रडू-भेकू लागली. वरचेवर नाकाला पदर लावून, दाटल्या घशाने कुणाकुणाचा धावा करीत राहिली.

बघ्यांच्या डोळ्यांना काही दिसले नाही. पौडाची, चांद्यानांद्याची, नाहीतर शिवापुराची कोणीतरी बाजाराला आलेली बाई रडतीये, एवढेच त्यांना दिसले. मग धीर करून एका बाईने चौकशी केली, "अगं ये मावशे, काय झालं, ते तरी बोल."

मावशी कसली, चांगली सासूरवाशीण तरणी पोर होती! तिने रडून गरगटा केला. मान हलवून-हलवून ती नुसते हुंदके देत होती. ती कशालातरी मुकली होती. तिच्या पायाशी तिचे बाजाराचे गठुडे होते, त्यात नवी घेतलेली केरसुणी दिसत होती. नुकताच तिने बाजार केला असावा.

तिच्यासमोर पाय बांधून टाकलेल्या सहा-सात कोंबड्या होत्या. बाजूला एवढा लोकांचा घोळका बघून त्यांनी माना वर केल्या. त्यांच्या हनुवटीजवळच्या लोळ्या हलू लागल्या.

एवढे होतेय तोवर कोंबड्यांची मालकीण इराकतीसाठी आडोसा शोधत गेली होती, ती दाणदाण धावत आली. आपल्या कोंबड्यांभोवती एवढी गिऱ्हाइकांची झुंबड का झालीये, हे तिला कळेना. उसाच्या फडात शिरावे तशी ती लोकांना हाताने बाजूला सारून घोळक्यात शिरली. आपल्या सगळ्या कोंबड्या शाबूत आहेत का, हे तिने एकवार बघितले आणि डोक्यावरचा पदर नीट सारून ठसक्यात चौकशी केली, "का जमलाय? काय बघन्याजोगं हाये हितं? आं? कुनी नागवं नाचतंय काय?"

तशी ती बाई सगळे रडे आवरून, नाक मुरडून करारी आवाजात बोलली, "अगं ये बया, तुज्या कोंबडीनं माझ्या कानातल्या कुडीची फिरकी गिळली की!"

"फिरकी?"

"हां–हां, सोन्याची पिवळीधम्मक फिरकी गिळली!"

"अगं बय्या!"

मग मात्र आजूबाजूला जमलेल्या घोळक्यातून नाना आश्चर्योद्गार निघाले, "तरीच ही बाय रडत व्हती. तिच्या तोंडातनं सब्द फुटत नव्हता."

"बया बया! पर कोंबडीनं फिरकी कशी गिळली?" अशी शंका जिने बोलून दाखविली, तिच्याकडे तोंड वळवून ही चिडून म्हणाली, "तर काय, खोटं सांगत्ये मी? बग की बग हा मोकळा कान! आन् ही बग कुडी." खरंच बाईच्या घामेजलेल्या मुठीत मोत्याची कुडी होती, पण तिची फिरकी मात्र नव्हती.

आता कोंबडीची मालकीण चवताळली. हात नाचवत तिने ओरडून कुडीवालीला विचारलं, "अगं पन तू कोंबड्याम्होरं फिरकी टाकलीसच का?"

तिच्याएवढाच आवाज चढवून सासुरवाशीण म्हणाली, "मी न्हाई टाकली,

पडली माझ्या हातनं.''

मग ती सगळ्या बघ्या बायांना, पोरांना, बाप्यांना पटवून द्यायच्या आवाजात सांगायला लागली, ''हे बगा, मला आज सासूनं सांगितलं होतं, पुण्याच्या बाजाराला जाऊन एक उफराट्या पंखाची कोंबडी आन म्हणून. तिचा नवस फेडायचा हुता. मी म्हणून पार खानापूरच्या पल्याडच्या वस्तीवरनं आले. किरकोळ बाजार केला आन् कोंबड्या बगत-बगत अशी हिंडत हुते. हितं ह्या कोंबड्या दिसल्या काळ्या-कबऱ्या, म्हणून थांबले; तर ही बाई, कोंबड्यांची मालकीण लगालगा थ्या तिकडे जाताना दिसली. म्हटलं, ईल मागारी. माल सोडून कुटं जातीये! म्हणून हातातलं हे गठलं खाली ठिवलं आणि वाकून कोंबड्या बगायला लागले. सज हात कानाशी गेला, तर डाव्या कानातली फिरकी सैल झाल्याली. ती नीट करतेय तवर पडली पट्‌दिशी अशी म्होरं मातीत. आन् लगीच कोंबडीनं मान काढून टोच मारली आन् गिळली की माज्या देखत!''

सगळे लोक चकित होऊन ऐकत होते. हा सगळा प्रकार कधी न पाहिलेला, न ऐकलेलाच होता. सगळ्या साती कोंबड्या साळसुदासारख्या बसल्या होत्या. त्यातली एकसुद्धा भामट्यासारखी दिसत नव्हती.

मध्येच एका पोरानं विचारलं, ''कोणत्या कोंबडीनं गिळली फिरकी ह्यातल्या?''

बाई म्हणाली, ''सारक्या उलथ्या-पालथ्या होताहेत उंडग्या! दिसायलाबी सगळ्या सारक्या! एकीनं मान बाहेर काढली की, चारी-पाच जनींनी काढल्या आणि टोचा मारल्या मातीत. आता ह्यातली नेमकी कोणची म्हणून सांगू?''

मग पुन्हा तिला भडभडून आलं. म्हणाली, ''मला सासू घरात न्हाई घ्याची हो! माझ्या नांदन्याचं चांदनं व्हईल!''

ऐकणाऱ्यांना पाझर फुटला. लोक चुकचुकले, हळहळले; पण कोंबड्या विकणारी बाई ढम्म होती. ती म्हणाली, ''एवढी सासूच्या भ्याची, तर कानाशी चाळा करीत हितं आलीसच कशाला? म्हनं, कोंबडीनं फिरकी खाल्ली! फिरकी म्हंजे काय, शेंगाचा दाना हाय? उगीच आपलं जमिनीवरचं बोलणं आभाळाला टेकवायचं! फिरकी खाईलच कशी कोंबडी?''

हा सवाल त्या सासुरवासणीसगट सगळ्या आम जनतेला विचारल्यावर वाकून तिनं दोन्ही मांड्यांच्या मधोमध लुगड्यावर थाप टाकली आणि पक्षी बसावा तशी दोन पायांवर खाली बैठक मारली.

सासुरवाशिणीनं ह्यावर डोळे गरागरा फिरविले आणि आजूबाजूला उभ्या असणाऱ्या बाजारकरू बायकांना उद्देशून ती म्हणाली, ''बघा की हो, ही मला कुदांड म्हणतीये. असं खोटं कुनी सांगंल का ह्या जागी येऊन? हिची-माझी काही वळक का पाळख? हिच्या कोंबड्यांवर फुकटची अदावत मी का न् कशाला घिऊ? आन् खरा चिमटा

बसल्याशिवाय कुनी असं रडंल का? भेकंल का?''

तिचे बोलणे इतके कळकळीचे, आतड्यापासूनचे होते की, एक कोंबड्या विकणारी ती नाकात मोरणी घातलेली काळी-सावळी बया सोडली, तर कुणाला तिचे बोलणे खोटे वाटत नव्हते. बुटकी, अंगाचा पसारा बहुत असलेली एक बाई आवेशाने पुढे झाली आणि कोंबडीवाल्या बाईला म्हणाली, ''अगं ये बया, तुला काई माया हाये का न्हाई? चांगली लेकराबाळाची आई दिसतीस आन् हिला सासुरवाशिणीला खोटं का पाडतीस? नीट चौकशी कर. इचार कर.''

तसे लोक उसळलेच. जो-तो सासुरवाशिणीची बाजू घेऊन बोलू लागला, ''खोटं कोण कशाला सांगंल? ही काय रचून सांगायची कहाणी हाये?''

आता त्या कोंबड्या विकणारीचा आवाज पट्टीत गेला.

''चौकशी काय करू रं माझ्या दादा? माजी कोंबडी फाडून तिची आतडी तपासू? बगा की तुमीच! बुक्क्या घाला कोंबडीला आन् तोंडावाटं सोनं पडतंय का बघा. पाडा पडलं तर. न्हाईतर वकारीचं औषिद पाजा तिला!''

''काय उफराटी बाय हायेस तू? कशी बोलतियास? पाठीत बुक्क्या मारून कोंबडीच्या पोटातलं भाईर ईल व्हय कदी?''

''तर तुमी कसं म्हनताय मला चौकशी करा? कशी करू चौकशी?''

बराच वेळ गलका, गर्दी आणि उंच आवाज चालू राहिलेले बघून अगदी जवळ, साठ पावलांवर असलेल्या पोलीस चौकीतले हवालदार उठून आले. आल्यासरशी आधी ''ये, सरा-सरा'' म्हणून त्यांनी गर्दी हटवली. लोकांची थोडी पांगापांग झाली.

हवालदारांनी दरडावून विचारलं, ''काय ह्ये गं, का गागतीस मघाधरनं?'' परस्पर लोकांनीच माहिती पुरवली आणि हवालदारसुद्धा चकित झाले. तंटा सोडविण्याचे विसरून म्हणाले, ''बायली, कमाल ह्ये हां कोंबडीची! सोन्याचा चारा लागू लागला हेस्नी आता?''

''बघा ना! पन काहो हवालदारसाहेब, हे पोटात ऱ्हानार का सोनं हिच्या, का जानार आतल्या आत चुना होऊन?''

हवालदार गप्पच होते. दुसरेच कोणी उत्तर दिले, ''काहीबी खाऊ द्या. कोंबड्याच्या जातीनं पोटात पानी होतंया त्येचं. खडं, वाळू खाती ही जात आन् पचिवती!''

भांडण बराच वेळ चाललं. लांबलेली कुस्ती बघताना कंटाळतात, तसे बघे कंटाळले. जांभया ऐकू येऊ लागल्या. कुणी चुना-तंबाखू मळू लागले. जुने बघे लोक कंटाळून जात होते, नवे येत होते. मग सासुरवाशिणीने हवालदाराचे बुटासकट पाय धरले आणि ती काकुळती येऊन म्हणाली, ''सायेब, माजी फिरकी तेवढी मला माघारी मिळू द्या. मला घरात घ्याचे नाहीत. सासू लई रागीट हाये माजी.''

हवालदारांनी आधी चौकशीला सुरुवात केली.

"किती किमतीची हाय तुजी फिरकी?" परस्पर कुणी उत्तर दिले, "अहो, तरी धरा की चाळीस-एक रुपयं!"

हवालदारांनी पुन्हा सासुरवाशिणीला विचारले, "बाई, तू कोंबडी घ्यावी म्हणूनच आली हायेस ना बाजाराला? मग ज्या कोंबडीनं फिरकी गिळलीये, ती उचल बघू. किमतीचे पैसे टाक आन् जा घरी. कोंबडी खाऊ घाल सासऱ्याला मारून आन् तिच्या पोटातली फिरकी घे. उगाच झगझग काय वाढिवताय? बाब केवढी आन् घोळ किती?"

एवढ्यात रस्त्यावर कुणाच्या ट्रकपुढे सायकलवाला आडवा आला. जोरात ब्रेक लागले. सायकलवाला पडला. सायकलचे चाक दुमटे झाले. तेव्हा हवालदार आणि बरेच लोक तिकडे धावले.

इतका वेळ महंमदभाईच्या रिगल रेस्टॉरंटसाठी कोंबड्या खरेदी करायला आलेला मुजावर हा सगळा तंटा ऐकत होता. तो पुढे झाला आणि कोंबडीवालीला त्याने विचारले, "ए मामी, काय म्हणतीस एका कोंबडीचं?" खाली वाकून तो एक-एक कोंबडी चाचपून बघत होता.

"घ्या की, आठ रुपयं बसतील बघा एकटाकीचं."

"आठ? चाळिसाला सगळ्या देतीस का?"

सासुवाशीण मधीच घाईला येऊन म्हणाली, "आन् माझी फिरकी? अवं काकाऽऽ"

कोंबड्यावाली तिच्या अंगावर ओरडली, "तू गप गं, धंद्याच्या टायमाला खिटखिट करू नको. शेट, कसं म्हणता? चाळिसाला सगळ्या घेता व्हय?"

मुजावर म्हणाला, "हा."

त्याने विचार केला. बघू, हॉटेलच्या भटारखान्यात कोंबड्या सोलण्याचे, नीट करण्याचे काम त्याचेच होते. फिरकी त्यालाच मिळणार होती. म्हणजे फुकट फाकट चाळीस-पन्नास रुपयांचा फायदा! 'एवीतेवी कोंबड्या घ्यायच्याच आहेत. ह्या सगळ्या घेतल्या म्हणून कुठं बिघडलं? कोंबडीच्या पोटात गेलेली फिरकी जातीये कुठं! कोणच्या ना कोणच्या कोंबडीच्या पोटात ती सापडणारच!'

बाजार भरून बराच टाइम झाला होता. आज म्हणावे तसे गिऱ्हाईकही नव्हते. श्रावण महिना होता. ह्या महिन्यात लोक मटण-मुर्गा खात नाहीत. बाजार मंद होता. कोंबड्या खपत नव्हत्या.

एवढे होतेय तोवर शेजारच्या इराणी हॉटेलमधला पिचक्या डोळ्यांचा आणि दाढीच्या खुंटरांनी सगळे तोंड भरलेला इराणी घुसून पुढे झाला.

"ये बाई, मी पन्नासला घेतल्या सगळ्या!" असे म्हणून त्याने एक कोंबडी

उचलून आपल्या बोऱ्याच्या भल्यामोठ्या पिशवीत टाकलीसुद्धा.

पाच नोटा बाईला देऊन तो चालायलाही लागला. सासुरवाशीण पुन्हा रडू-भेकू लागली. कोंबडीवाल्या बाईचा पदर धरून म्हणाली, "माझी फिरकी टाक आन् मग जा. वा गं वा!"

बाईने हिसडा मारून पदर सोडवून घेतला. फडके खाकेला मारले आणि बाजार सोडला. लोक दुसरीकडे वळले. सासुरवाशीण शिव्यागाळी देत तिच्या मागे धावली. संध्याकाळ झाली होती. मुळशीकडे जाणारी एस.टी. बस गच्च भरून सुटली.

ती कोंबडीवाली आणि ती फिरकीवाली दोघीही आता एका बाकड्यावर शेजारी शेजारी बसल्या होत्या. गाडी सुटून स्थिरस्थावर झाल्यावर कोंबडीवालीने कमरेची पिशवी काढली आणि दहा रुपयांची नोट सासुरवाशिणीला दिली. तिने ती खुशीने घेतली. सासुरवाशिणीच्या कानात आता कुड्या होत्या आणि फिरक्याही होत्या. दोघी एकाच गावच्या असल्यासारख्या हसत-बोलत होत्या.

फिरकीवाली हसून म्हणाली, "आता त्यो बाबा एका एका कोंबडीची आतडी सोलून बघत बसंल खुळ्यावाणी!"

"तर गं! तू होतीस म्हणून माझ्या कोंबड्या खपल्या आज. न्हाईतर येत होते तशीच माघारी. यश्टीचं भाडं अंगावर पडलं असतं."

मग दोघींनीही तंबाखू चोळली आणि तोंडे मिटली. एस.टी. भन्नाट सुटली!

■

www.ingramcontent.com/pod-product-compliance
Lightning Source LLC
Chambersburg PA
CBHW051929240626
47153CB00004B/1429
* 9 7 8 8 1 8 4 9 8 3 6 9 2 *